பால்யகால சகி

பால்யகால சகி

குளச்சல் யூசுஃப்
மொழிபெயர்ப்பாளர்

குமரி மாவட்டம், குளச்சலில் பிறந்தவர். தற்போது நாகர்கோவிலில் வசித்துவருகிறார். வைக்கம் முகம்மது பஷீரின் படைப்புகள் உட்பட முப்பதுக்கும் மேற்பட்ட நூல்களைத் தமிழில் மொழிபெயர்த்துள்ளார். செம்மொழித் தமிழாய்வு மத்திய நிறுவனத்துக்காக நாலடியார், இன்னா நாற்பது, இனியவை நாற்பது, கார் நாற்பது, களவழி நாற்பது, நான்மணிக்கடிகை ஆகிய அறநூல்களை மலையாளத்திலும் மொழியாக்கம் செய்துள்ளார். மொழிபெயர்ப்பிற்கான சாகித்திய அகாதெமி விருது, தமிழ்நாடு அரசு விருது, ஆனந்த விகடன் விருது, உள்ளூர் பரமேஸ்வரய்யர் விருது, வி.ஆர். கிருஷ்ணய்யர், நல்லி திசையெட்டும், ஸ்பாரோ கவிக்கோ உட்படப் பல்வேறு விருதுகள் பெற்றுள்ளார்.

மின்னஞ்சல்: kulachalsmyoosuf@gmail.com

அலைபேசி : 99949 23926

● அன்பார்ந்த வாசகருக்கு,

வணக்கம்.

காலச்சுவடு நூலை வாங்கியமைக்கு நன்றி.

நூலின் உள்ளடக்கம், உருவாக்கம், அட்டைப்படம் இன்ன பிற அம்சங்கள் பற்றிய உங்கள் கருத்துகளையும் ஆலோசனைகளையும் காலச்சுவடு வரவேற்கிறது. தகவல், எழுத்து, வாக்கியப் பிழைகள் தென்பட்டால் அவசியம் தெரிவித்து உதவுங்கள். நூல் தயாரிப்பில் கடும் குறைபாடு இருப்பின் மாற்றுப் பிரதி உங்களுக்குக் கிடைக்கக் காலச்சுவடு ஏற்பாடு செய்யும்.

மின்னஞ்சல்: **publisher@kalachuvadu.com**

காலச்சுவடு நாகர்கோவில் அலுவலகத்திற்குக் கடிதம் அனுப்பலாம்.

தங்கள்

எஸ்.ஆர். சுந்தரம் (கண்ணன்)

பதிப்பாளர் — நிர்வாக இயக்குநர்

Unauthorised use of the contents of this published book, whether in e-book or hardcopy format, for any type of Artificial Intelligence (AI) training — including but not limited to Machine Learning, Deep Learning, Natural Language Processing, Computer Vision, Chatbot Training, Image Recognition Systems, Recommendation Engines, and Language Models — is strictly prohibited without prior licensing from the publisher. Any such unauthorised use may result in legal action.

வைக்கம் முகம்மது பஷீர்

பால்யகால சகி

தமிழில்
குளச்சல் யூசுஃப்

காலச்சுவடு பதிப்பகம்

பால்யகால சகி • குறுநாவல் • ஆசிரியர்: வைக்கம் முகம்மது பஷீர் மலையாளத்திலிருந்து தமிழில்: குளச்சல் யூசுஃப் • ©ஷாஹினா, அனீஸ் பஷீர் • முதல் பதிப்பு: டிசம்பர் 2009, திருத்தப்பட்ட பதினேழாம் பதிப்பு: செப்டம்பர் 2024, இருபதாம் பதிப்பு: ஜூலை 2025 • வெளியீடு: காலச்சுவடு பப்ளிகேஷன்ஸ் (பி) லிட்., 669, கே. பி. சாலை, நாகர்கோவில் 629001

paalyakaala caki • Novelette • Author: Vaikom Muhammad Basheer • Translated from Malayalam by: Kulachal Yoosuf • © Shahina, Anees Basheer • Language: Tamil • First Edition: December 2009, Revised Seventeenth Edition: September 2024, 20th Edition: July 2025 • Size: Demy 1 x 8 • Paper: 18.6 kg maplitho • Pages: 80

Published by Kalachuvadu Publications Pvt.Ltd., 669 K.P. Road, Nagercoil 629001, India • Phone: 91-4652-278525 • e-mail: publications @kalachuvadu.com • Printed at Mani Offset, Chennai 600077

ISBN: 978-81-89945-94-7

07/2025/S.No. 310, kcp. 5902, 18.6 (20) urss

முன்னுரை

பால்யகால சகி

பால்யகால சகி, வாழ்க்கையிலிருந்து பிய்த்தெடுக்கப் பட்ட ஓர் ஏடு. அதன் ஓரங்களில் இரத்தம் துளிர்த்து நிற்கிறது. சிலருக்குப் பச்சை இரத்தத்தைக் கண்டதும் இனம் தெரியாத பயமும் அருவருப்பும் ஏற்படுவதுண்டு. மயக்கம்கூட வந்துவிடும். அப்படிப்பட்டவர்கள் இந்தப் புத்தகத்தை எச்சரிக்கையுடன்தான் வாசிக்க வேண்டும். காதலர்கள் சுயதிறமையாலோ, அதிர்ஷ்டவசமாகவோ எல்லா நெருக்கடிகளையும் வெற்றிகரமாகக் கடந்து மண மேடையில் பிரசன்னவதனராகப் பிரவேசிக்கும் கதைகளை மட்டுமே வாசித்த அனுபவமுள்ளவர்கள் இதை வாசிக்க நேரும்போது அதிர்ச்சியடையக்கூடும். என்ன செய்வது? இவர்களின் விருப்பங்கள்போலவா வாழ்க்கையின் போக்கு அமைகிறது? மற்றொரு பிரிவினருக்கும் கதை குறித்து ஒரு முன்னறிவிப்பு தரவேண்டியதிருக்கிறது. ஏதாவது சிறு பாதிப்பேற்பட்டால்கூட நாயகனும் நாயகியும் உடனே தூக்குப் போட்டுக்கொள்ளவோ பரஸ்பரம் மாலை மாற்றிக் கொண்டு விஷம் அருந்தவோ செய்யும் கதைகளை வாசித்து “பேஷ் . . . பேஷ் . . .” என்று தலை குலுக்கும் வாசகர்களும் ஏமாற்றத்தை ஏற்றுக்கொள்ளத் தயாராக இருக்க வேண்டும். மரணத்தைவிடக் கொடுமையான சோக அனுபவங்களும் வாழ்க்கையில் உண்டு என்பதை அவர்கள் அப்போதுதான் உணர்ந்துகொள்வார்கள்.

இந்தக் கதாசிரியரின் மனோபாவம் இத்தனைக்கு இருண்டுபோகக் காரணம் என்ன? யதார்த்த உலகில் அழுவதற்கான காரணங்கள் ஏராளமாக இருக்கிறதல்லவா? பிறகெதற்குக் கற்பனை உலகிலும் சோகப் புகையை மூட்டி விடவேண்டும்? மட்டுமல்ல, உலகம் இந்த அளவுக்கு சோகமயமானதுதானா? மனித மனங்களில் மகிழ்ச்சியென்ற ஒன்றே கிடையாதாமா? சிரிப்பின் நாதம் நின்றுபோய்

விட்டதா? இதுபோன்ற கேள்விகளும் சந்தேகங்களும் பலருக்கும் தோன்றக்கூடும். ஆனால், உண்மையில் இதெல்லாம் அர்த்த மற்றவை. கதாசிரியரின் உலக அனுபவங்களும் அதன் மூலம் கிடைக்கப்பெற்ற பார்வையும் எல்லாவற்றிற்கும் மேலான உண்மைகளல்லவா என்று துக்கித்துப்போவதை விட்டு சந்தேகப் படவோ குற்றப்படுத்தவோ செய்வது அறியாமையும் அறிவுத் திமிருமாகும்.

பால்யகால சகி ஒரு நீண்ட சிறுகதையா? அல்லது குறுநாவலா? இதில் பயன்படுத்தப்பட்டிருக்கும் கருவிகளின் வரையறைகளான, உச்சபட்சமான நேசத்தைப் பாலியல் உணர்வாக மேம்படுத்தி அதன் கடைசி எல்லைவரை கொண்டுசேர்த்த கவனம், சொற்கள் தொனிப்பதில் காட்டும் கவனம் போன்றவற்றை ஒரு சிறுகதைக்கான குணாம்சங்கள் எனச் சொல்லலாம். ஆனால் சிறு பிராயம் முதல் பக்குவ முதிர்ச்சிவரை நாயக நாயகியரின் பன்முக அனுபவங்களைச் சித்திரிப்பதில், பொதுவாக நாவலில் மட்டுமே காணப்படும் ஓரளவிலான விவரணையும் முழுமையும் இதில் காணப்படுகின்றன. வாழ்க்கையின் பரிதாபகரமான எதிர் வினைகள்தான் இதில் பிரதான அம்சம். தங்கம்போல் ஜொலிக்கும் பித்தளைச் செல்லத்திலிருந்து வெள்ளி டப்பாவை எடுத்து இடித்துச் சேர்த்த புகையிலையை உள்ளங்கையில் வைத்து மேலண்ணத்தில் ஒதுக்கிவிட்டு முற்றத்தில் எட்டித் துப்பி ரசித்த வாப்பா, வெற்றிலைச் சருகில் சுண்ணாம்புத்தூளை உதிர்த்துவிட்டு எங்கிருந்தாவது கொஞ்சம் புகையிலைக் காம்பு வாங்கிவர உம்மா விடம் சொல்லியனுப்புவதும், வானம்வரை உயர்ந்த கற்பனை உலகில், ராஜகுமாரியுடன் சஞ்சாரம் செய்யும் பகல் கனவுகளை கனவுகளெனக் கருதாத கதாநாயகன், இரவு பதினோரு மணிவரை ஓட்டலின் எச்சில் பாத்திரங்களைக் குழாயடியிலிருந்து அலசுவதும், இளமையின் துவக்க காலத்தில் மஜீதையும் வாசகர்களையும் மோகவயப்படுத்திய பேரழகு, கன்னங்கள் ஒட்டிப் புறங்கைகளில் எலும்புகள் துருத்தி, நகங்கள் தேய்ந்து வெளிறிப்போய் அலங்கோல ரூபியாக மாறுவதும் போன்ற அனைத்துமே மனதிலிருந்து மாயாத, வாழ்க்கை மாற்றத்தின் சித்திரங்கள். பாத்திரங்களின் வெளிப்படையான குணாதிசயங்கள்தான் பொதுவாகச் சிறுகதை களில் தூக்கலாக நிற்கும். ஆனால் இந்தக் கதையின் பாத்திரங் களில் கண்ணுக்குத் தெரியாத சுயத்தன்மையும் தெளிவும் தூக்கலாகத் தெரிகின்றன. பஞ்சு மேனோனின், எடத்தில்அச்சனின், சங்கு ஆசானின் சகோதரத்துவத்தைப் பெற்ற கதாபாத்திரம்தான் கதாநாயகனின் வாப்பா. தாய் மனதின் பிரத்தியேகத் தன்மைக்கு உம்மா உதாரணம். பெண்ணின் குறியீட்டுக் குரல், சுகறா. உன்னதமான கற்பனையும் விரிந்த தளத்திலான உலக அனுபவ மும் நுட்பமான மானுட ஞானமும் இந்தக் கதை நெடுக

விரவிக் கிடக்கின்றன. சந்து மேனோனின் 'சாரதா'வுக்குப் பிறகு இவ்வளவு மன வலியை ஏற்படுத்தும் உணர்வுப்பூர்வமான ஒரு படைப்பு நமது மொழியில் இதுவரை எழுதப்படவில்லை என்பது தான் எனது திடமான கருத்து.

கதைகளின், குறிப்பாகச் சிறுகதைகளின் ஒரு பொற்காலம் இது. மற்றெந்த இலக்கியப் பிரிவிலும் இதுபோன்ற முன்னேற்றம் சமீப காலங்களில் ஏற்பட்டதில்லை. நுட்பமான பல இலக்கியவாதிகள் இன்று அதைச் செழுமைப்படுத்திக்கொண்டிருக்கிறார்கள்.

பஷீர் அவர்களின் விசேஷ கலையனுபவம் என்னவென்று கேட்டால், அது உணர்வின் உச்சநிலை வெளிப்பாடு என்று தயக்கமில்லாமல் சொல்லமுடியும். துடிப்பான சிறுசிறு வார்த்தைகளால் சொல்லப்பட்ட மனித மனதின் துடிப்பை அதில் எப்போதுமே உணர முடியும். இந்தப் படைப்பாளியின் மற்ற சில படைப்புகளில் கலைக்கான கட்டுக்கோப்புகளைச் சில நேரங்களில் கட்டுப்படுத்த வியலாத உணர்வுப் பிரவாகம் உடைத்துப் பாய்ந்து செல்வதைக் காணமுடியும். ஆனால், இந்தக் கதையில் தேவையில்லாத எந்த ஒரு இடத்திலும் கலைஞன் கட்டுப்பாடுகளுக்கு பங்கம் ஏற்படுத்தவில்லை.

போதுமான ஆதாரங்களில்லாதபோது சில வழக்கறிஞர்கள், எனது கட்சிக்காரர் 'ஏழையும் அமைதியானவரும் நிரபராதியுமாகும்' என்று சொல்லி நீதிமன்றத்தின் அனுதாபத்திற்குத் தூண்டிலிடுவது போல் 'இது ஒரு முஸ்லிம் சமுதாயத்தின் கதையும் இதன் ஆசிரியர் ஒரு முஸல்மானுமாவார்' என்று விண்ணப்பித்து வாசகர்களின் கருணையைக் கோருவது இந்தக் கதையையும் கதாசிரியரையும் பொறுத்தவரை முழுமையான, பெருமை தரும் விஷயமாகவே இருக்க முடியும். எதிர் விமர்சனங்களை முன்வைக்க முடியாத இலக்கியத் தரமேன்மையால் மட்டுமே இந்தக் கதை, வாசகர்களின் ஆதரவுக்குப் பாத்திரமாக இருக்கும் என்று சொல்ல முடியாது. மற்றொரு வகையில் சிந்திக்கும்போது இந்தப் படைப்பாளி மகத்தான கலாசிருஷ்டிக்கும் மேலாக ஒரு சமூக சேவையை நிறைவேற்றியிருப்பதாகவும் சொல்ல வேண்டியதிருக்கிறது. ஒரு சமூகத்தின் அகமனதிற்குள் நுழைந்து செல்வதற்கான ஒரே வழி படைப்பிலக்கியம்தான். ஆனால், கேரளத்தில் ஒரு பெரும் மக்கள் பிரிவான முஸ்லிம் சமூகம் நமது இலக்கியப் பரப்பிற்கு அறிமுகம் செய்யப்படாதவர்களாகவே இதுவரை இருந்துவந்தார்கள். காரணம் எதுவாகவுமிருக்கட்டும். ஆனால், உண்மை இதுதான் என்பதை ஒப்புக்கொள்ளாமல் முடியாது. இதன் காரணமான இழப்பு முஸ்லிம் சமூகத்திற்கல்ல, மலையாள இலக்கியத்திற்குத்தான். 'திரண்ட கல்யாணம்' இலக்கிய விவாதமாக இருக்கலாம். ஆனால், சுன்னத்துக் கல்யாணம் இலக்கிய அந்தஸ்துக்

கேற்றதல்ல என்று நினைப்பவர்களிடம் நான் எதுவும் சொல்ல விரும்பவில்லை. பஷீர் அவர்களின் இந்தக் கதையின் மூலம் நம்மிடையே வாழும் பெருமளவிலான ஒரு மக்கள் பிரிவினரோடு பிற பிரிவினர்களுக்கு மேலும் அதிகமான மன ஒற்றுமையை உருவாக்கியெடுக்க முடியும் என்பதை மட்டுமே நான் சொல்ல விரும்புகிறேன்.

'பால்யகால சகி'யைத் தீட்டிய தூரிகை தேய்ந்துவிடவில்லை. படைப்பாளி இப்போதும் இளைஞர்தான். இந்தப் படைப்பின் தொடர்ச்சிகள் பல அவரது எண்ணங்களில் பிறப்பை எதிர்நோக்கிப் பொறுமையிழந்து கருக்கொண்டிருக்கின்றன. இதற்கும், வரப்போகிற வற்றுக்கும் நிரந்தரமான தீர்க்காயுளை வாழ்த்துக்கூறி நான் கடமையை நிறைவுசெய்கிறேன்.

எரணாகுளம் **எம்.பி. போள்**
1.5.1944

ஒன்று

சிறுவயதிலிருந்தே சுகறாவும் மஜீதும் நண்பர்கள். ஆனால் அவர்களது நட்புக்குள்ளிருந்த அசாதாரணமான விஷயம், அவர்கள் நண்பர்களாவதற்கு முன் பரம வைரிகளாக இருந்தார்கள் என்பதுதான். விரோதத்திற்கான காரணம் என்ன? அவர்கள் பக்கத்து வீட்டுக்காரர்கள். அந்த இரண்டு குடும்பங்களும் பரஸ்பரம் அன்புடன் தானிருந்தன. ஆனால், சுகறாவும் மஜீதும் எதிரிகள். சுகறாவுக்கு வயது ஏழு. மஜீதுக்கு ஒன்பது. அவர்கள், ஒருவரையொருவர் பழித்துக்காட்டுவதையும் பயமுறுத்த முயற்சி செய்வதையும் வழக்கமாகக்கொண்டிருந்தார்கள்.

அப்படியாக இருக்கும்போது மாம்பழக் காலம் வந்தது. சுகறாவின் வீட்டுக்குப் பக்கத்தில் நிற்கும் மாமரத் திலிருந்து மாம்பழங்கள் பழுத்து விழத்தொடங்கின. அதில் எதுவுமே அவளுக்குக் கிடைப்பதில்லை. மாம்பழம் விழும் சத்தம் கேட்டு அவள் ஓடிப்போகும்போது அதை மஜீது எடுத்துக் கடித்துத் தின்றுகொண்டிருப்பதைத்தான் பார்ப்பாள். அவன் அவளுக்குக் கொடுப்பதே இல்லை. தருவதாகப் பாவிப்பதும்கூடக் கடித்த மிச்சத்தைத்தான். அதை வாங்குவதற்காக அவள் கையை நீட்டினால், "இன்னா முட்டெக் கடிச்சுக்கோ" என்று சொல்லி முழங்கை மூட்டை அவளது முகத்துக்கு நேரே நீட்டிக் கொடுப்பான். பிறகு, அவளைக் காணும்போதெல்லாம் பயங்காட்டுவான், கண்களை உருட்டியும் நாக்கை வெளியே தள்ளியும்.

சுகறா இதற்கெல்லாம் பயப்படுவதில்லை. அவளும் பதிலுக்குப் பயமுறுத்துவாள். ஆனால், மாம்பழ விஷயத் தில் மட்டும் எப்போதுமே தோல்விதான். அவளுக்கு மட்டும் ஏன் மாம்பழம் கிடைப்பதில்லை? காற்றடிக்கும்

போதும் அடிக்காதபோதும் சுகறா எதிர்பார்ப்புடன் மாமரத்தின் கீழேயே நின்றுகொண்டிருப்பாள். எதுவுமே விழாது. ஒரு இலைகூட விழாது. நன்றாகப் பழுத்த மாம்பழங்கள் குலை குலையாக மரத்தில் இருப்பது அவளுக்குத் தெரியும். விழா தென்றால் ஏறிப் பறிக்க வேண்டும். ஆனால், மரத்தில் நிறைய [1]முசுறு எறும்புகள் உண்டு. கடித்துக் கொன்றேவிடும். அந்தப் பெரிய கடியெறும்புகள் இல்லையென்றாலும்கூட மரத்தில் ஏறுவதென்பது சுகறாவால் செய்ய முடிகிற விஷயமா என்ன? அவள் பெண்ணாகப் பிறந்தவள் அல்லவா?

ஒருநாள், வாயில் நீர் சுரக்க அவள் அப்படியே நிற்கும் போது கிளைகளில் தட்டுப்பட்டு ஏதோ ஒன்று டப்பென்று விழுந்தது.

ஹை! சுகறா ஓடினாள். அதை மகிழ்ச்சியுடன் குனிந் தெடுக்கப் போனாள். ஆனால், வெட்கமாகப் போய்விட்டது. அது ஒரு [2]கொச்சங்காய். தனக்கு நேர்ந்த அவமானத்தை யாராவது பார்த்திருப்பார்களா? இல்லை! யாரும் பார்க்க வில்லை! இருந்தாலும், மாமரத்திலிருந்து எப்படிக் கொச்சங்காய் விழும்? அவள் சுற்று முற்றும் பார்த்தாள். சரிதான்! அவளுக்கு நடுக்கம் வந்தது. அவன்தான்.

மஜீது வெற்றிக் களிப்புடன் அர்த்தமில்லாத ஒரு சத்தம் கொடுத்தான். ஜுக் ஜுகு! ஜுக் ஜுகு! பிறகு, மரத்தடிக்கு வந்தான். அது மட்டுமல்ல, கண்களைப் பயங்கரமாக உருட்டிக் காட்டினான். நாக்கை முடிந்தவரை வெளியே தள்ளினான். உக்கிர ரூபம்.

இதைக் கண்டதுமே பெண்கள் பயந்தரண்டுபோய் "எம்மோ . . ." என்று அலறி விளித்தபடியே ஓடிவிடுவார்கள். நிறையபேர் ஓடியுமிருக்கிறார்கள். ஆனால், சுகறா ஓடவில்லை. மட்டுமா? தலையைச் சரித்து, நாக்கைத் துருத்தி, கண்ணை உருட்டியபடி அவளும் அப்படியே நிற்கிறாள்.

மஜீதுக்குக் கோபம் வந்தது. வயதில் பெரிய ஒரு பையனை ஒரு பொடிப் பெண்ணு பயங்காட்ட நினைப்பதா? அவன் நெருங்கி வந்தான். அவனது கண்கள் விரிந்து கூர்மையடைந்தன. புருவங்கள் மேலே உயர்ந்தன. மூக்கின் இரு துவாரங்களும் விரிந்தன. முழக்கம்போல் 'ஜும்' என்றொரு சத்தம் கொடுத்தான்.

அவள் பயந்து ஓடிவிடவில்லை. புருவக்கொடிகளை உயர்த்தி, கண்களைத் துருத்தி, மூக்கை விடர்த்தி அவளும் சொன்னாள்:

---

1. சிவப்பு எறும்பு

2. தென்னங்குரும்பை

"ஜூம்"

மஜீது ஸ்தம்பித்துவிட்டான். இத்தனூண்டு ஒரு பெண்ணு, வீடு வீடாக நடந்து பாக்குகளை வாங்கி, மூட்டைக் கட்டி, சுமந்து கொண்டுபோய் விற்கும் வெறுமொரு பாக்கு வியாபாரியின் மகள், அவள் ஏன் பணக்காரனான, மர வியாபாரியின் மகனுக்குப் பயப்படமாட்டேன் என்கிறாள்? ஒரு பெண் எப்படியிருந்தாலும் ஆணுக்குப் பயப்படவேண்டியவள்தானே? மஜீது பக்கத்தில் நெருங்கி நின்றான். ஒரு எள்ளளவுகூட அவள் விலகவில்லை.

மஜீதின் சுயமரியாதைக்குப் பங்கமேற்பட்டது. அவனுக்குப் பயங்கரமாகக் கோபம் வந்தது. அப்பிடியா விஷயம், இரு!

"உம்பேரென்னடீ?" அவன் அவளது கையைப் பிடித்துக் கொண்டு கௌரவத்துடன் கேட்டான். அவளது பெயர் அவனுக்குத் தெரியாமல் இல்லை; இருந்தாலும் ஏதாவது கேட்க வேண்டாமா? ஆணில்லையா?

இதெல்லாமே, இப்போதே உன்னை உண்டு, இல்லையென்று செய்துவிடுகிறேன் பார் என்பதுபோல்தான். சுகறாவின் அரிசிப் பற்களும் உறுதியான பத்து நகங்களும் குறுகுறுத்தன. என்ன செய்வதென்று ஒரு நிமிடம் அவளுக்கு எதுவும் தோன்றவில்லை. அவனது புறங்கையைக் கடித்துப் பிய்த்துவிடவா? அல்லது முகத்தைப் பிராய்ந்து கீறி வைக்கவா? உம்பெரென்னடீயாமே? அவளுடைய வாப்பாவோ உம்மாவோகூட அவளை எடீ எனக் கூப்பிட்டதில்லை. ஆனால், இந்தப் பழிப்புக் காட்டுகிறவன், மாம்பழம் தராதவன், கை மூட்டைக் கடித்துத் தின்னச் சொல்கிற, அசிங்கம் பிடித்த பையன் மட்டும் ஏன் இப்படிக் கூப்பிடுகிறான்? அவள் கோபத்துடன் முன்னால் நகர்ந்து இடது கையிலுள்ள பாறைபோன்று இறுகிய நகங்களால் மஜீதின் வலது முழங்கையில் பலமாக ஒரு முறை பிராய்ந்து வைத்தாள்.

எரிசிரட்டையால் பிராய்ந்து வைத்ததுபோல் மஜீது துடிதுடித்துப் போய், பிடியை விட்டுவிட்டு "எம்மோ" என்று அலறிவிட்டான். இதை அவன் எதிர்பார்க்கவே இல்லை. இருந்தாலும், பதிலுக்குப் பிராய்ந்துவிடத் தோன்றியது. ஆனால், அவன் ஏற்கனவே நகங்களைக் கடித்துப் பிய்த்துவிட்டிருந்தான். மிச்சமிருப்பது அடியோ, கடியோதான். ஆனால் அவளும் பதிலுக்குச் செய்துவிடுவாள்போல் தோன்றியது... ஒரு பெண், எதுவானாலும் பிராய்ந்துவிட்டாள். இனி அவள் அடித்தும் விட்டாள் என்று உலகத்துக்குத் தெரிந்தால் பெரிய கேவலமல்லவா? அவன் எதுவும் செய்யாமல் அப்படியே இளித்தபடி நின்றான்.

சுகறா அவனைப் பார்த்துப் பல்லிளித்துக் காட்டினாள். மஜீது அசைந்து கொடுக்கவில்லை. அவள் முகத்தைக் கோண லாக்கிக் காட்டிக்கொண்டே மஜீதைப் பரிகாசம் செய்தாள்.

"எம்மோ . . ."

மஜீது அதற்கும் அசைந்து கொடுக்கவில்லை. அவனுக்கு ஏற்பட்ட அவமானத்தை மாற்றுவதுபோல் உடனே ஏதாவது சொல்லியாக வேண்டும். இதில் சுகறா எப்படியும் தோற்க வேண்டும் என்று நினைத்தான். ஆணல்லவா ..? இருந்தாலும் . . . என்ன சொல்லலாம்? ஏதாவது அழுத்தமுள்ளதாக இருக்க வேண்டும். ஆனால், எதுவுமே தோன்றவில்லை. அவன் தேடிப் பார்த்தான். வாழைத் தோட்டத்தினிடையில் வைக்கோல் வேய்ந்ததும் களிமண் பூசப்பட்டதுமான சுகறாவின் வீட்டையும் தென்னை மரங்களுக்கிடையே ஓடு போட்டதும் வெள்ளை பூசப்பட்டதுமான தனது வீட்டையும் கண்டபோது அவனுக்கு ஒரு யோசனை தோன்றியது. சுகறா வெட்கப்பட்டுக் கூசிப்போகும் விதமாக அவன் சொன்னான்:

"எங்க வீடு ஓடுபோட்டதாக்குமே"

அவ்வளவு பெருமைப்பட அதிலென்ன இருக்கிறது? அவளுடைய வீடு வைக்கோல் வேய்ந்ததும் களிமண் பூசியதும் தான். ஆனால், அதிலென்ன குறை இருக்கிறது? அவள் திரும்ப வும் முகத்தைக் கோணலாகக் காட்டிப் பரிகசித்தாள்:

"எம்மோ !"

இதற்கு மஜீது வேறொரு பதில் சொன்னான். சுகறாவின் வாப்பா வெறும் பாக்கு வியாபாரியல்லவா – மஜீதின் வாப்பா பெரிய மர வியாபாரியும் பணக்காரனும். அதிலும் பெருமைப்பட எதுவுமிருப்பதாக சுகறா நினைக்கவில்லை. மஜீது எனச் சொல்லப் படும் ஒரு அற்ப உயிர் தன் பக்கத்தில் நிற்பதாகக்கூடக் காட்டிக் கொள்ளாமல் அவள் மாமரத்தின் கிளைகளையே பார்த்துக் கொண்டு நின்றாள்.

மஜீதுக்கு அழுகைக்கான அறிகுறிகள் தோன்றின. தோல்வி, அவமானம் எல்லாம் சேர்ந்து அவனை வதைத்தன. அவனுக்கு ஒரு கழுதையைப் போல் 'பே' என்று கத்தி அழத் தோன்றியது. அழுதால் மனதுக்கு இதமாக இருக்கும். ஆனால், உடனே அவனுக்கு ஒரு யோசனை உதித்தது. வேறு யாராலும் முடியாத ஒரு விஷயம் அவனுக்குத் தெரியுமென்றும் அதன் மூலம் சுகறாவை இந்த இடத்தில் தோற்கடித்துவிட முடியுமென்றும் பாவித்தபடி ஆகாயமும் பூமியும் அறியும்படியாக அவன் கம்பீரமாக அறிவித்தான்:

"எனக்கு மாங்கா மரத்துலெ ஏறத் தெரியுமே."

சுகறாவின் கண்கள் அசைவற்று நின்றுபோயின. மாமரத்தில் ஏறத் தெரியும். அது ஒரு பெரிய திறமைதானே? அவள் ஸ்தம்பித்து நின்றாள். அவன் மரத்திலேறி மாம்பழம் பறித்தால் அவளுக்குக் கொடுப்பானா? கொடுக்காமலிருந்தால் ..? அவள் முதலிலேயே உரிமையை நிலைநாட்டிக்கொள்ள முடிவு செய்தாள். கைக் கெட்டும் தூரத்திலுள்ள இரண்டு பெரிய மாம்பழங்களைச் சுட்டிக்காட்டிக் கௌரவத்துடன் சொன்னாள்:

"பயலே, அந்த ரெண்டு பெரிய மாம்பழத்தையும் மொதல்லெ பாத்தது நானாக்கும்."

மஜீது பதில் பேசவில்லை.

அவன் ஏன் எதுவும் பேசவில்லை? எறும்புகளைக் கண்டு பயந்திருப்பானோ? அவள் சொன்னாள்:

"ஓ ..! முசுறு கடிக்குமே."

சுகறாவின் பேச்சு, தோரணை எதுவுமே மஜீதுக்குப் பிடிக்க வில்லை. அவனுக்கும் கோபம் கோபமாக வந்தது. முசுறாமே? முசுறு மட்டுமல்ல, கருந்தேள்கள் பற்றிப் படர்ந்து கிடந்தாலும் அவன் ஏறுவான். பெரியது இரண்டையும் முதலில் அவள் பார்த்து வைத்திருக்கிறாளாம், அப்படியா விஷயம்? மஜீது வேட்டியை மடித்துக் கட்டி, தார்ப் பாய்ச்சி மரத்தைப் பற்றிப் பிடித்து ஏறினான். நெஞ்சில் பல இடத்தில் தோல் உராய்ந்து போனபிறகும், முசுறு எறும்புகள் உடலைப் பொதிந்தேறிக் கடித்த பிறகும் சுகறா பார்த்து வைத்திருந்த இரண்டு மாம்பழங் களையும் பறித்துக்கொண்டு வெற்றி வீரனாகக் கீழே இறங்கினான்.

சுகறா ஓடி வந்தாள். ஆசை! பதற்றம்! அவள் கையை நீட்டினாள்.

"தா, பயலே எனக்கு, நான் பாத்து வச்சிருந்ததுலா?"

மஜீது பரிகாசத்துடன் பார்த்தான்.

"பெண்ணோட ஆசையைப் பாரு." அவன் நடந்தான். மாம்பழங்களை முகர்ந்து பார்த்துத் தனக்குத்தானே அபிப்ராயமும் சொல்லிக்கொண்டான்.

"அய்யடா, நல்ல வாசம்."

சுகறாவுக்குக் கோபம் வந்தது. அவள் மனம் புகைந்தாள். அவளுடைய மனதில் ... ஓ ... அவளுக்குக் கண்ணீர் முட்டிக் கொண்டு வெளிவந்தது. அவள் ஏங்கியேங்கி அழுதாள்.

மஜீது திரும்பி வந்தான். அவனது முக்கியத்துவத்தை ஸ்தாபிப்பதற்கு இதுவொரு நல்ல சந்தர்ப்பம். அவன் மாம் பழத்தை அவளிடம் நீட்டினான். ஆசையாக இருந்தபோதும் அவள் அதை வாங்கவில்லை. மஜீது இரண்டு மாம்பழங்களையும் அவளின் எதிரில் கீழே வைத்தான். அவள் எடுக்கவில்லை. அவளால் நம்பவே முடியவில்லை. இவ்வளவு நல்லவனா? அவளுக்கு நம்பிக்கை வரவில்லை. இரண்டு கைகளையும் பின்புறமாகக் கட்டிக்கொண்டாள், கண்ணீர் விட்டபடியே சுகறா அப்படியே நின்றாள்.

மஜீது, இதமாகச் சொன்னான்:

“வேணும்னா இன்னும் பறிச்சுத் தர்றேன்.”

சுகறாவின் இருதயம் உருகிவிட்டது. அவளுக்குத் தேவைப் பட்டால் இன்னும் பறித்துத் தருவானாம். தியாகி, வீரன். எவ்வளவு நல்ல பையன். அவனைப் பிராய்ந்து வைத்தது சரியா? மிகவும் அடக்கவொடுக்கத்துடன் அவளும் தியாகத்துக்குத் தயாரானாள். பிறகு, மெதுவாகச் சொன்னாள்:

“எனக்கு ஒண்ணு போதும்.”

அந்த நல்லவன் அலட்சியமாகச் சொன்னான்:

“எல்லாத்தையும் எடுத்துக்க பெண்ணே.”

“எனக்கு ஒண்ணு போதும்.”

அவள் ஒன்றை எடுத்து மஜீதிடம் நீட்டினாள். அவன் வேண்டாமென்று சொன்னான். அவள் நிர்பந்தம் செய்தாள். வாங்கவில்லையென்றால் எனக்கு அழுகை வருமென்று சொன்னாள்.

மஜீது வாங்கினான். மாம்பழத்தைக் கடித்துத் தின்று சாறு நெஞ்சில் வடிந்தபோதுதான் மஜீதின் உடம்பெங்கும் முசுறு கடித்துப் பிடித்திருப்பதை சுகறா பார்த்தாள். அவளுக்கு வருத்தமாக இருந்தது. அவனுடன் ஒட்டி நின்று எறும்புகளை மெதுவாக நுள்ளியெடுத்துக் கீழே போட்டாள். அவளுடைய நகங்கள் பட்டதுமே அவனுக்கு உடல் கூசியது.

பிறகு, அன்று அவள் மஜீதை மறுபடியும் பிராய்ந்துவிட வில்லையென்றாலும் ரொம்ப காலமாகவே அவள் அவனை நுள்ளவும் பிராய்ந்துவிடவும் செய்ததுண்டு. அவள், “பறண்டி வச்சிருவேன்” என்று சொன்னாலே மஜீது பயந்து நடுங்கி விடுவான். அவளது கூர்மை மிகுந்த ஆயுதமான அந்த நகங்களை மஜீது தந்திரமாகவும் அவளுடைய சம்மதத்தின் பேரிலும்தான். வெட்டிவிட்டது.

இரண்டு

ஒருநாள் காலையில் சுகறாவும் மஜீதும் சேர்ந்து அக்கம்பக்கங்களிலிருந்தெல்லாம் பூச்செடிக் கம்புகளைச் சேகரித்துக்கொண்டு வந்தார்கள். மஜீதின் வீட்டு முற்றத்தின் ஓரமாக ஒரு தோட்டம் போடுவதற்காக. செடிக் கம்புகளை சுகறாதான் சுமந்துகொண்டு வந்தாள். மஜீது முன்னால் கௌரவத்துடன் நடந்து வந்தான். ஆணல்லவா?

அவனது கையில் விரித்துப்பிடித்த ஒரு மடக்குக்கத்தி இருந்தது. வருங்காலத்தில், தான் செய்யவிருக்கும் பெரிய பெரிய காரியங்களைப் பற்றி மஜீது சொல்லிக் கொண்டிருந்தான். எல்லாவற்றிற்கும் உம் கொட்டிய படியே மகிழ்ச்சியைத் தெரிவிக்கவும் ஆச்சரியப்படவும் மட்டுமே சுகறாவால் முடிந்தது. மஜீதின் கனவுகள் அற்புதமானவை. தங்க ஒளியில் மூழ்கிக் கிடக்கும் ஒரு அழகிய உலகம். அதன் ஏகபோக அதிபதியான சுல்தான், மஜீதாக இருந்தாலும் அதன் பட்டத்து ராணி சுகறாதான். அதை மறுக்க முடியாது. அவளுக்கு அழுகை வரும். அதைத் தொடர்ந்து நகங்கள் நீளும். பிறகு, மஜீதின் உடலில் எரிச்சல் ஆரம்பித்துவிடும். இப்படி எதுவும் ஆகிவிடாமலிருப்பதற்காக மஜீது எப்போதும் கவனமாகவே பேசுவான். இருந்தாலும் சில நேரங்களில் மறந்துவிடுவாள்.

மஜீது, கற்பனைகளின் அடிமை. வாப்பா சொல்லக் கேட்ட அரபிக் கதைகளில் வருவதுபோல் அதி உன்னதமான ஒரு மணிமாளிகையை அவன் கட்டுவான். அதன் சுவர்கள் முழுக்க தங்கம். தனி மரகதக்கற்கள் பாவப்பட்ட திண்ணை. அதன் மேல்கூரை என்னவாக இருக்கும்? கற்பனையில் எதுவும் தெளிவாக இல்லை. அவ்வப்போது சுகறா உம் கொட்டாததால்தானே இப்படி? அவள் உம் கொட்டியிருந்தால் அடுத்த நொடியிலேயே தோன்றி யிருக்குமே?

"சொகறா."

"என்ன மஜீதே?"

"நீ ஏண்டி உம்முண்டு கேக்கல்ல?"

"நான் உம்முண்டு கேட்டனே. பெறகு ஏன் என்னெ நீ, டீன்னு சொன்னே?"

அவள் கோபத்துடன் முன்னால் வந்தாள். பிராண்டல் ஏற்ற மஜீது துடிதுடித்துப் போனான். அவன் மடக்குக்கத்தியுடன் திரும்பினான் ... அவள் நகங்கள் பத்தையும் நீட்டி, கண்களைத் துருத்தி மஜீதை எச்சரித்தாள்.

"இன்னும் பறண்டுவேன்."

பழைய பிராண்டல்களும் நுள்ளிவைத்த நினைவுகளும் வந்து மஜீதின் இரத்தத்தை உறைய வைத்தன. நகங்களுடன் கூடிய சுகறா ஒரு பயங்கரி. அவளுக்கு நகங்கள் மட்டும் இல்லாமலிருந்திருந்தால்? ஆனால், பழங்காலம் தொட்டே அவளுக்கு நகங்கள் இருக்கின்றன. அதை உபயோகிப்பதில் அவளுக்கு எந்தத் தயக்கமும் கிடையாது. இந்த நிலைமையில் அவளை மேலும் கோபப்படுத்துவது சரியா? இப்போது எந்தக் காரணமுமே இல்லாமல்தான் அவள் பிராய்ந்தாள் என்ற பாவனையுடன் அப்பாவியாக முகத்தை வைத்துக்கொண்டு மஜீது கேட்டான்:

"சொகறா எதுக்கு என்னெப் பறண்டுனே?"

"என்னெ இந்தப் பயலு டீன்னு கூப்பிட்டதோ?"

மஜீது ஆச்சரியப்படுவதுபோல் நடித்தான்.

"எப்போ? நான் அப்பிடி கூப்பிடவே இல்லியே? சொகறா கனவு கண்டிருப்பே"

மஜீது நிற்கும் நிலையையும் அவனது பாவனையையும் கண்டபோது சுகறாவின் மனம் கரைந்தது. உண்மையிலேயே மஜீது எடீ என்று கூப்பிட்டானா? ஒருவேளை நமக்குத்தான் அப்படித் தோன்றியிருக்குமோ? அப்படியென்றால் அவனைப் பிராய்ந்தது பெரிய தவறாகப் போய்விட்டது. சிவந்துத் தடித்த நான்கு நகத்தடங்கள். இது அவளுடைய கடின மனதின் அடையாளங்களல்லவா?

சுகறாவின் கண்கள் நிறைந்தன.

மஜீது, அதைக் கவனித்ததுபோல் காட்டிக்கொள்ளாமல் மரங்களுக்கிடையில் வெள்ளை மணல் நிறைந்த கிராமத்து வீதியில் நடந்தபடி தனக்குத்தானே பேசிக்கொண்டான்.

“நான் ஒண்ணுமே செய்யாம இருந்தாலும் வாப்பாவும் உம்மாவும் சும்மா சும்மா என்னெ அடிக்கவும் திட்டவும் செய்யுதாங்க. வேறே சிலரு சும்மா என்னெ பறண்டவும் நுள்ளவும் செய்யுதாங்க! சும்மா, அவுங்களுக்கு இது ஒரு சொகம். இனி நான் மரிச்சுப்[1] போனா அவுங்க சொல்லு வாங்களா இருக்கும். அந்தப் பாவப்பட்ட மஜீது இருந்தான்னா ஒரு நுள்ளாவது குடுக்கலாமேன்னு.”

இத்தனையும் முடிந்தபிறகு மஜீது அவள் கவனிக்காதபடி இலேசாகத் திரும்பிப் பார்த்தான். பேஷ்! சுகறாவின் கன்னங்களி னூடே இரண்டு நீர்த்தடங்கள். அவனுக்கு மகிழ்ச்சியாக இருந்தது.

அவனுடைய மகிழ்ச்சியில் பங்கு வகிப்பதுபோல் இளம் சூரியன் குன்றின் உச்சியில் நின்று தனது பொற்கிரணங்களால் தாழ்வாரக் கிராமத்தைப் பொன்னொளியில் மூழ்க வைத்திருந் தான். குன்றின் பின்புறமிருந்து இரண்டாகப் பிரிந்து, குன்றையும் கிராமத்தையும் அரவணைத்தபடியே தூரத்தில் சென்று ஒன்றாகக் கலந்து தவழும் நதி, உருகியோடும் தங்கம்போல் . . . கிராமத்தின் நிசப்தத்தைக் கலைத்துப் போடும் பறவைகளின் ஒலிகளில் மஜீதின் காதுகளில் இனம்புரியாத ஆனந்தத்தின் எதிரொலி கேட்டது.

ஆனால், சுகறாவின் மனதில் மட்டும் மகிழ்ச்சி இல்லை. மன்னிக்கவே முடியாத ஒரு தவறைச் செய்துவிட்டாள். எந்தக் காரணமுமே இல்லாமல் அல்லவா அவள் மஜீதைப் பிராய்ந் திருக்கிறாள்? நினைக்கும்போதெல்லாம் மனம் பதைக்கிறது . . . சிவந்து தடித்த நான்கு தடங்கள் மஜீதின் முதுகில். அவளுடைய தவறை அழிப்பது எப்படி?

மஜீது சொல்லிக்கொண்டு வந்த தங்க மாளிகையை நினைவு படுத்தி எதுவும் நடக்காததுபோல் சுகறா மெதுவாகக் கேட்டாள்:

“பெறகு அந்த மாளிகை?”

மஜீது பேசவில்லை. கொஞ்ச நேரத்திற்குப் பிறகு கேட்டான்:

“சொகறா உம்முண்டு கேக்குறியா?”

“கேக்குறேன்” என்று சொல்லிவிட்டு அதற்கு ஆதாரமாக மூன்று தடவை ‘உம்’ என்று சொல்லிக் காட்டினாள்.

“பெறகு என்ன தெரியுமா?” அவன் தொடர்ந்தான் “தங்க மாளிகை அந்த மலைக்கு மேலெ”.

---

1. இறந்து

அப்படி அந்த மாளிகையில் நின்று கிராமத்தை முழுமையாகப் பார்க்கலாம். மட்டுமல்ல, இரண்டு நதிகள் ஒன்றாகச் சேர்ந்து ஒரு பெரிய நதியாகத் தவழ்ந்து செல்வதை நீண்ட தொலைவு வரை பார்க்கலாம். மஜீதும் சுகறாவும் கிராமத்திலுள்ள மற்ற சிறுவர்களும் பல தடவை அந்தக் குன்றின் மீதேறிப் பார்த்திருக்கிறார்கள். அங்கே மஜீது உருவாக்கப் போகும் தங்க மாளிகை அற்புதமாகத்தானிருக்கும்.

"பெறகு?" அவள் மஜீதின் கற்பனையைக் கலைத்து, ஆர்வத்துடன் கேட்டாள்:

"அப்போ, தங்க மாளிகை ஒசரம் எவ்வளவு வரும்?"

உயரத்திற்கு வரையறைகள் இருக்கவா முடியும்? மஜீது சொன்னான்:

"நிறைய."

நிறைய என்று சொல்வது எதுவரை எனச் சுகறாவுக்குப் பிடிபடவில்லை. அவள் சுற்றிலும் பார்த்தாள். வாழை மரங்கள், தென்னை மரங்கள் எல்லாமே நிற்கின்றன. அவள் கேட்டாள்:

"வாழை மரம் ஒசரமா?"

"வாழை மரம்வரெ ஒசரத்துலெ."

அவனுக்கு அது பிடிக்கவில்லை. வாழை மரம் உயரத்தில் ஒரு தங்கமாளிகை.

"ஃப்பூ" என்று சொல்லிவிட்டு அவன் சுகறாவைப் பார்த்தான்.

அவள் கேட்டாள்:

"தென்னை ஒசரத்துலெ?"

இதையும் மஜீது பொருட்படுத்தவில்லையென்றதும் சுகறா வானத்தை நோக்கி முகத்தை உயர்த்திச் சந்தேகத்துடன் கேட்டாள்:

"வானம்வரெ?"

"சரிதான்." மஜீது ஒப்புக்கொண்டான்.

"தங்கமாளிகை வானம்வரெ ஒசரத்துலெ."

அவளுக்கு மீண்டும் ஒரு சந்தேகம்.

"அதுலெ நீ மட்டுமா இருப்பே?"

"இல்லெ." மஜீது அரபிக் கதைகளை நினைவுபடுத்திக் கொண்டு சொன்னான்: "நானும் ஒரு ராஜகுமாரியும்."

ராஜகுமாரி? அப்படி ஒருத்தி அந்த ஊரில் இல்லை. இருந்தாலும் . . .

"அந்தப் பெண்ணு யாரு?"

அது ஒரு ரகசியம் என்பதுபோல் மஜீது சொன்னான்:

"அதெல்லாம் உண்டு."

இதைக் கேட்டதுமே சுகறாவின் முகத்திலிருந்த பிரகாசம் மங்கியது. அவளுக்குக் கோபமும் வருத்தமுமேற்பட்டன. அவள் செடிகளைக் கீழே போட்டாள். அவளது கண்கள் நிறைந் தொழுகின. அவள் சொன்னாள்:

"அந்த ராஜகுமாரியைக் கூப்பிட்டு இதை எடுக்கச் சொல்லு."

மஜீது உத்தரவிட்டான்: "எடுத்துட்டு வா பெண்ணே."

சுகறா வாய்விட்டு அழுதாள்.

"நான் எடுக்கமாட்டேன். ஒனக்க அவ, அந்த ராஜகுமாரி யை வந்து எடுக்கச் சொல்லு"

அவளது நிலை மஜீதின் மனதை இளகச் செய்தது. அவளது பக்கத்தில் சென்று எதிரில் உட்கார்ந்தான்:

"சொகறாதான் என் . . ."

"?"

"ரா. . . ஜ . . . கு . . . மா . . . ரி . . ."

அவளது முகம் மலர்ந்தது.

"போ, பயலே"

"உம்மா சத்தியமா, உண்மைதான்."

அவளுக்கு மகிழ்ச்சியாக இருந்தது. மஜீதும் சுகறாவும் அந்தத் தங்கமாளிகையில் சேர்ந்து வாழலாம். எவ்வளவு மகிழ்ச்சி யாக இருக்கும். அவள் கண்ணீருடன், புன்சிரிப்புடன் அப்படியே நின்றாள். மஜீது அவளது நகத்தை வெட்டிவிட நினைத்தான்.

"விடு, பயலே."

சாரல் மழையினூடே முழுநிலவு பிரகாசிப்பதுபோல், சுகறா கண்ணீருக்கு இடையில் புன்னகை பூத்தாள்.

“அதுக்குனு எனக்க நகத்தெ வெட்டவேண்டாம்.” அவள் உதடுகளைக் கூர்மையாக்கினாள்.” “பெறகு நீ ஏதாவது சொல்லும் போ எனக்குப் பறண்டணும்.”

“சொகறா, என்னெப் பறண்டுவியா?”

“பறண்டுவேன். எப்பவும், எப்பவும் பறண்டுவேன்.”

அவள் பல்லைக் கடித்தாள். புருவக்கொடிகளை உயர்த்தி, பிராய்ந்து வைக்க வந்தாள்.

மஜீது நடுங்கி எழுந்தான்.

ஏதோ ஒரு பயங்கரமான தவறை நினைவுபடுத்துவது போல் மஜீது சொன்னான்:

“ராஜகுமாரி பறண்டக்கூடாது.”

ராஜகுமாரி பிராய்ந்து வைப்பதென்பது கொடும் பாவச் செயல். சந்தேகத்துடன் சுகறா கேட்டாள்:

“உம்மா சத்தியமா?”

மஜீது சத்தியம் செய்தான்:

“உம்மா சத்தியமா, பறண்டக்கூடாது.”

அவள் பதறிப் போய் நின்றாள். ராஜகுமாரி பிராய்ந்து விடக் கூடாதென்றால் பிறகு, நகங்கள் எதற்கு? பெரிய தியாகம் செய்வதுபோல் இரண்டு கைகளையும் நீட்டிக் கொடுத்தவாறு அவள் சம்மதம் தெரிவித்தாள்.

“அப்பிடின்னா இந்தா வெட்டிடு.”

மஜீது மகிழ்ச்சியுடன் சுகறாவின் எதிரில் அமர்ந்தான்.

பாறைபோல், கூராக நீண்டிருந்த பத்து நகங்களையும் வெட்டியெறிந்தான் மஜீது. பிறகு, அவர்கள் எழுந்து சென்று தோட்டம் அமைத்தார்கள். மஜீதின் வீட்டின் விசாலமான முற்றத்தின் மூன்று ஓரங்களிலும் அவன் சிறுசிறு குழிகள் தோண்டினான். அதில் சுகறா ஒவ்வொரு கம்புகளாக வைத்துக் குழியை மண்போட்டு நிரப்பி, தண்ணீர்விட்டாள். ஒரு விரியன், ஒரு மஞ்சள், ஒரு கோழி வாலன் எனத் தோட்டம் நிரம்பியது. மூலையில் நட்டு வைத்தது, ஒரு செம்பருத்திக் கம்பு. சுகறா அதை நட்டு வைக்கும்போது அதிலொரு சிவப்புப் பூவுமிருந்தது.

தினமும் காலையில் மஜீதின் வீட்டுக்கு வந்து சுகறா செடிகளுக்குத் தண்ணீர் ஊற்றுவாள்.

ஒருநாள் சுகறாவின் உம்மா, சுகறாவிடம் விளையாட்டாகக் கேட்டாள்:

"எதுக்கு சொகறா, நீ கண்டவங்க வீட்டுச் செடிகளுக்கு நித்தமும் போயி வெள்ளம் ஊத்துறே?"

சுகறா சொன்னாள்:

"கண்டவங்க ஒண்ணுமில்லியே?"

அன்று சாயங்காலம் சொகறாவும் மஜீதும் முற்றத்தில் நின்றிருந்தார்கள். துளிர்த்து நின்ற செடிகளைச் சுட்டிக்காட்டி மஜீது சத்தமாகக் கேட்டான்:

"இதெல்லாம் சொகறாவோடதா?"

"அல்லாமெ பெறகு, உன்னோடதா?"

மஜீது கிண்டலாகச் சிரித்தான்.

"பெண்ணுக்கு ஆசை கொஞ்சங் கூடுதல்தான்."

அவளுக்குக் கோபம் வராமலிருக்குமா? அவள் பிராய்ந்தாள். போதுமான அளவுக்கு நகம் இல்லை. மஜீது சொன்னான்:

"இன்னும் கொஞ்சம் பறண்டு, எனக்கு நல்ல சொகம்மா இருக்கு."

சுகறா நகங்களைப் பார்த்துப் பார்த்து அழுதாள்.

"அப்பிடீன்னா நான் கடிப்பேன்."

அவள் மஜீதின் கையைக் கடிக்க வந்தாள். நிர்கதியில்லாத நிலையில் மஜீது குர்ஆன் மீது சத்தியம் செய்தான்.

"நுப்பது ஜுசுவுள்ள[1] முஸஹபு[2] மேலெ சத்தியமா ராஜ குமாரி கடிக்கக் கூடாது."

சுகறா கண்ணீர் விட்டபடியே கேட்டாள்:

"யாரையுமா?"

புன்சிரிப்போடு மஜீது சொன்னான்:

"யாரையுமே."

1. அத்தியாயம்
2. குர்ஆன்

மூன்று

சுகறா கணக்குப் பாடத்தில் கெட்டிக்காரியாக இருந்தாள். ஆசிரியர், அவளைப் புகழ்ந்து பேசுவதையும் மஜீதை அடிப்பதையும் வழக்கமாக வைத்திருந்தார். கணக்கைப் பொறுத்தவரை மஜீதுக்கு எப்போதுமே அங்கலாய்ப்புதான். எவ்வளவுதான் முயற்சிசெய்து பார்த்த பிறகும் ஒன்றுமே சரிவரவில்லை.

ஆசிரியர், மஜீதை "மட சிரோன்மணி" என்று குறிப்பிடுவார். ஆஜர் பட்டியல் நிரப்பும்போதுகூட இப்படித்தான் அழைப்பார். இதில் யாருக்கும் எந்த ஆட்சேபனையுமில்லை. மஜீது மடையன்தான். ஆகவே, அவன் மாணவர்களின் இடையிலிருந்து குரல் கொடுப்பான். "ஆஜே . . .ர்".

ஆசிரியர் ஒரு முறை மஜீதிடம் கேட்டார்: ஒண்ணும் ஒண்ணும் எத்தனைடா? ஒன்றும் ஒன்றும் இரண்டு எனும் விஷயம் உலகறிந்த உண்மையல்லவா? ஆனால், அதற்கு மஜீது சொன்ன அற்புதமான பதிலைக் கேட்டதும் ஆசிரியர் வாய்விட்டுச் சிரித்துவிட்டார். வகுப்பறை முழுவதுமே சிரித்தது. மஜீது சொன்ன பதில், பிறகு அவனது பட்டப்பெயராகவும் மாறிவிட்டது. அந்தப் பதிலைச் சொல்வதற்கு முன் மஜீது நிறைய யோசனை செய்தான். இரண்டு நதிகள் ஒன்றாகச் சேர்ந்து பெரிய ஒரு நதியாக ஓடுவதுபோல், இரண்டு ஒன்றுகள் ஒன்று சேர்ந்தால் சற்றுத் தடிமனான ஒரு பெரிய ஒன்றாக மாறிவிடுகிறது. அப்படியாகக் கணக்குப் பார்த்து பெருமை யுடன் சொன்னான், மஜீது.

"கொஞ்சம் பெரிய ஒண்ணு."

அப்படியாகக் கணித சாஸ்திரத்தில் ஒரு புதிய விதியைக் கண்டுபிடித்துச் சொன்னதற்காக ஆசிரியர், மஜீதை அன்று பெஞ்சின் மீது ஏற்றி நிறுத்தினார்.

“கொஞ்சம் பெரிய ஒண்ணு.” எல்லோரும் அவனைப் பார்த்துச் சிரித்தார்கள். இருந்தாலும் ஒன்றும் ஒன்றும் இரண்டு என்பதை மஜீது ஒப்புக்கொள்ளவில்லை. ஆகவே, அற்புதமான இந்தப் பதிலுக்கான பிரதிபலனாக மஜீதின் உள்ளங்கையில் ஆறு சுட்ட அடி கொடுத்துவிட்டு, எல்லா அடியையும் சேர்த்து சுமாரான, ஓரளவு பெரிய அடியாக நினைத்துக்கொள்ளும்படி சொல்லி வைத்தார் ஆசிரியர்.

அதற்குப் பிறகு சக மாணவர்கள் அவனைப் பார்க்கும் போதெல்லாம் தங்களுக்குள் சொல்லிக்கொள்வார்கள்:

“கொஞ்சம் பெரிய ஒண்ணு.”

இந்தப் பரிகாசமும் இதற்குக் காரணமாக அமைந்த விஷயங் களும் மஜீதை மிகவும் வேதனைப்படுத்தின. அவன் சொன்னது தான் சரியான உண்மை. ஆனால், ஏன் எல்லோரும் அதை ஒப்புக்கொள்ள மறுக்கிறார்கள்? ஒருவேளை தவறாக இருக்கு மோ? மஜீது முழுமடையன்தானோ? தாங்கமுடியாத மன வேதனையுடன் சென்று உம்மாவிடம் பராதி சொன்னான் மஜீது. மாதா கனிவுடன் உபதேசம் செய்தாள், மனவேதனை களை ஆண்டவனிடம் சொல்லும்படி.

“ரப்புல் ஆலமீனாய தம்புரான் யாரோட மனவேதனை யையும் கேக்காம இருக்கமாட்டான் மவனே.”

அதன்படி அந்தப் பிஞ்சு மனது பிரபஞ்சத்தின் சிருஷ்டி கர்த்தாவாகிய இறைவனிடம் மனமுருக வேண்டியது.

“யா . . . அல்லா, எனக்குக் கணக்குப் பாடத்தையெல்லாம் சரியாக்கித் தா அல்லா.”

அதுதான் மஜீதின் முதல் பிரார்த்தனை. மஜீது, இரவு பகலாகப் பிரார்த்தனை செய்தான். இருந்தும் அவனது கணக்குகள் எல்லாம் தவறிவிடத்தான் செய்தன. நிறைய அடிவாங்கினான். உள்ளங்கை எப்போதும் வீங்கியே இருந்தது. அவனால் தாங்கிக் கொள்ளவே முடியவில்லை. விஷயங்களையெல்லாம் மஜீது சுகறாவிடம் சொன்னான். அதுவும் பெரிய பிணக்கங்களுக்குப் பிறகுதான். கொஞ்சம் பெரிய ஒண்ணு ஆனபிறகு மஜீது யாரோடும் பேசுவதில்லை. அடுத்த பெஞ்சிலமர்ந்திருக்கும் சுகறா திரும்பிப் பார்ப்பாள். மஜீது முகத்தைத் திருப்பிக்கொள்வான். கடைசியில் ஒருநாள் பேசினான். சுகறா சிரித்தாள். அவள் இடம்மாறி அமர்ந்தாள். மஜீதின் பக்கத்து பெஞ்சின் ஓரத்தில் வந்தமர்ந்தாள். பிறகு, மஜீது அடிவாங்குவதில்லை. ஆச்சரியப் படும்படியாக அவனது கணக்குகள் எல்லாம் சரியாயின.

"பரவால்லியேடா, நான் நெனச்சதுபோல் ஒந்தலெ முழுவதும் களிமண் இல்லெ."

அப்படியாக ஆசிரியரின் புகழுரைகள் மஜீதின் பரிகாசப் பெயரை மாய்த்துவிட்டது. மாணவர்கள் பொறாமையுடன் சொன்னார்கள்:

"மஜீதுதான் கிளாஸ்லெ மொதல்."

இதைக் கேட்கும்போது சுகறாவின் முகத்தில் புன்னகை தவழும். இதன் பொருள் வேறு யாருக்குமே புரியாது. மஜீதின் கணக்குகள் சரியாக இருப்பதன் ரகசியம் சுகறாவின் புன்னகைக்குள் ஒளிந்திருந்தது.

கணக்குப் பாடம் செய்ய மாணவர்கள் எழுந்து முகத்தோடு முகம் பார்த்து நிற்கும்போது மஜீதின் இடது கண் சுகறாவின் சிலேட்டைப் பார்க்கும். அவள் எழுதியிருப்பதை மஜீது பார்த் தெழுதுவான். கணக்குகள் செய்து தீர்ந்தபிறகும் அவள் முதலில் உட்கார்ந்துவிட மாட்டாள். முதலில் மஜீது உட்கார வேண்டும்.

பாடசாலையிலிருந்து அவர்கள் சேர்ந்து வீட்டுக்கு வரும் போது மற்றவர்களுக்குக் கேட்காமல் சுகறா மஜீதைப் பரிகாசம் செய்வாள். ஒவ்வொன்றாக நினைத்துப் பார்த்துச் சிரித்துக் கொள்வாள். பிறகு, சொல்வாள்:

"கொஞ்சம் பெரிய ஒண்ணு."

அப்போது மஜீது, எல்லாக் கோபங்களையும் ஒரே வார்த்தையில் அடக்கியபடி சொல்வான்:

"ராஜகுமாரி."

இதைக் கேட்டதும் சுகறா, வெள்ளிமணிகள் கிலுங்குவது போல் சோகம் கலந்த சிரிப்புடன் தனது விரல்களைப் பார்ப்பாள். நகங்கள் எல்லாம் அழகாக வெட்டப்பட்டிருக்கின்றன. பாட சாலையில் அழகுக்கும் சுத்தத்துக்கும் அனைவருக்கும் முன் மாதிரியாக இருப்பவள் சுகறாதான். மஜீதின் உடுப்புகளில் எப்போதும் மையும் கறையும் புரண்டிருக்கும்.

அவன் ஊரிலுள்ள மாமரங்களில் எல்லாம் பற்றிப் பிடித்து ஏறுவான். அதன் உச்சாணிக் கிளைகளைப் பிடித்தபடியே படர்ந்து கிடக்கும் இலைகளினூடே எல்லைகளற்ற, விசால மான உலகைப் பார்ப்பது அவனுக்கு மிகவும் பிடிக்கும். அடிவானத்திற்கப்பாலிருக்கும் உலகங்களைப் பார்க்க அவன் ஆசைப்பட்டான். கற்பனையில் மூழ்கி அவன் மர உச்சியி லிருக்கும்போது கீழேயிருந்து சுகறா கூப்பிட்டுக் கேட்பாள்:

"உனக்கு மக்கம்[1] தெரியுதா?"

மஜீது இதற்குப் பதிலாக, மேகங்களுடன் இடை கலந்து பறக்கும் பருந்துகள் பாடுவதாகச் சொல்லப்படும் வரிகளை இனிமையான ராகத்துடன் பாடுவான்.

"மக்கமும் தெரியிது, மதீனத்துப் பள்ளியும் தெரியிது."

---

1. மக்கா மாநகர் (சவுதி அரேபியா)

நான்கு

சுகறாவின் காதுகுத்து கல்யாணத்தில் மஜீது கலந்துகொண்டது, தாங்க முடியாத வலியுடனும் ஒளிந்திருந்தும்தான்.

மஜீது சுன்னத்து செய்து படுத்திருந்தான். விடுமுறை காலம் அது. மஜீதின் சுன்னத்துக் கல்யாணம் கிராமத் தையே குலுங்கச் செய்த ஒரு நிகழ்ச்சியாக, விமரிசை யாக நடந்தது. வாணவேடிக்கையும் பிரம்மாண்டமான விருந்தும் நடந்தது. பாண்டுமேளத்துடன், கேஸ் லைட்டும் வைத்து மஜீது யானை மீது அமர்ந்திருக்க ஊர்வலம் நடந்தது. அதற்குப் பிறகு பிரியாணி விருந்து. அதில் ஆயிரத்துக்குமதிகமானோர் கலந்துகொண்டனர். விருந்து வைபவத்திற்கு முன் சுன்னத்து நடந்தது. அன்று முழுவதும் மஜீதுக்குப் பயமாகவே இருந்தது. எதையோ வெட்டி யெடுத்துவிடுவார்களாமே, எதை? இறந்துவிடுவோமோ? மிகவும் பயந்து தளர்ந்து போய்விட்டான் மஜீது. அன்று சாயுங்காலம்வரை உயிரோடிருக்கமாட்டோம் என்று அவனுக்குத் தோன்றியது. என்ன நடக்கப்போகிறதென்று அவனுக்கு எந்தப் பிடியும் கிடைக்கவில்லை. உலகத்தி லுள்ள எல்லா முஸ்லிம்களும் சுன்னத்துச் செய்திருக்கி றார்கள். செய்யாதவர்களே கிடையாது. இருந்தாலும் ... இந்த சுன்னத்தை எப்படிச் செய்வார்கள்? மஜீது சுகறா விடம் கேட்டான்.

அவளுக்கும் எதுவும் தெரியவில்லை.

"என்ன இருந்தாலும் வெட்டி ஒண்ணும் எடுக்க மாட்டாங்கோ" என்று ஆறுதல் சொல்ல மட்டும்தான் அவளால் முடிந்தது. இருந்தாலும், மஜீதுக்கு மிகுந்த பதற்றமாகவே இருந்தது. "அல்லாஹு அக்பர்" எனும் கம்பீரமான தக்பீர் சத்தம் பந்தலில் முழங்கியதும் மஜீதை

அவனது வாப்பா பிடித்துக்கொண்டுவந்து ஒரு சிறு அறைக் குள் விட்டுப் போனார் . . . அங்கே கவிழ்த்து வைக்கப்பட்ட உரலின்மீது வெள்ளைத் துணி விரித்து அதன்முன் பதினொரு திரிகள் கொண்ட குத்து விளக்கொன்று எரிந்துகொண்டிருந்தது. அந்த அறைக்குள் நாவிதரான ஒசாவும், பத்துப் பன்னி ரண்டு ஆட்களுமிருந்தார்கள். அவர்கள் மஜீதின் சட்டையைக் கழற்றினார்கள். இடுப்புத்துணியையும் உரிந்து பிறந்த மேனிய னாக அவனை உரலின் மீது உட்கார வைத்தார்கள். ஆச்சரியமாக இருந்தது. இவர்கள் என்னதான் செய்யப்போகிறார்கள். திகைப் பாகவும் இருந்தது.

மஜீதின் கண்களைப் பொத்தி, கைகளையும் கால்களையும் தலையையும் ஆட்கள் பிடித்துக்கொண்டார்கள். அவனால் அசைய முடியவில்லை. அல்லாஹு அக்பர் என்ற சத்தத்தைத் தவிர வேறெதையும் கேட்க முடியவில்லை. மஜீதுக்கு நன்றாக வேர்த்துக்கொண்டிருந்தது. அந்த ஆரவாரத்தினிடையில் தொடைகள் கூடுமிடத்தில் லேசாக வலித்தது. காய்ந்த பாளையைக் கீறுவது போன்ற ஒரு உணர்வு; ஒரு நிமிடம் மட்டும்தான். உடனே எல்லாம் முடிந்தது. லேசாகத் தண்ணீர் தெளித்தார்கள். காந்தல், எரிச்சல்.

மஜீதைப் படுக்க வைத்தார்கள். தலைக்கும் கால்களுக்கும் தலையணை வைக்கப்பட்டிருந்தது. களேபரத்தினூடே மஜீது லேசாக அந்த இடத்தைப் பார்த்தான். சிவப்பு மைக் குப்பியில் விரலை அமிழ்த்தியதுபோல். இல்லை, மையில் முழுவிரலையும் அமிழ்த்தாமல் குப்பியின் வாய்ப்பகுதியிலிருந்து விரல் நுனியில் மட்டும் வட்டமாகச் சிவப்பு மையைப் புரட்டியது போல் . . . அதில் இரத்தம் துளிர்த்து நின்றது. அவ்வளவுதான். மறுநாள், சுகறாவிடம் இந்த விஷயங்களை விவரமாகச் சொன்னான், மஜீது.

அவள் ஜன்னலின் பின்புறத்தில் நின்றுகொண்டு கேட்டாள்:

“நீ பயந்தியா மஜீதே?”

“நானா?” மஜீது கிடந்த கிடப்பிலிருந்தே வீரம் பேசினான்.

“நான் பயப்பட ஒண்ணுமே இல்லை.”

அப்போது, சுகறா தனக்குக் காது குத்தவிருக்கும் விஷயத் தைச் சொன்னாள். பத்துப் பன்னிரண்டு நாள்களுக்குள் அவளுக்குக் காது குத்து நடக்கப்போகிறது.

“மஜீதுக்கு வர முடியாதே?”

மஜீது சொன்னான்:

"நான் வருவேன்."

ஆனால், அந்த நாள் வந்தபோது மஜீதால் அசைய முடியாம லிருந்தது. முதலில் சுகறாவின் உம்மாவும் பிறகு சுகறாவும் வந்து மஜீதின் வீட்டார்களை அழைப்பது அவனுக்குக் கேட்டது. கொஞ்ச நேரத்திற்குப் பிறகு சுகறாவை அவன் ஜன்னலின் அருகில் பார்த்தான். பயத்தால் அவளது வெளுத்த முகம் மேலும் வெளிறிப் போயிருந்தது. இருந்தாலும் கண்களில் பிரகாசமிருந்தது.

"எனக்கு இன்னைக்குதான் காதுகுத்து."

மஜீது பதில் சொல்லாமல் புன்னகை தூவினான். அது அவளையும் தொற்றிக்கொண்டது. மஜீது அந்த அழகான காதுகளைப் பார்த்தான். காது குத்துவது ஒரு சடங்கு. காது முழுவதையும் சின்னச் சின்னதாகக் குத்தித் துளைக்கும்போது வலிக்காதா? மஜீதுக்கு ஆச்சரியமாக இருந்தது.

அவள் சொன்னாள்!

"எனக்குத் தெரியாது, வந்து பாரு."

அவள் ஓடினாள்.

மஜீதுக்கு போகவேண்டும்போலிருந்தது. படுத்த இடத்தி லிருந்து எழுந்திருக்கவும் முடியவில்லை. ஆனாலும் கொஞ்ச நேரத்திற்குப் பிறகு, யாருமில்லாத நேரம்பார்த்து மெதுவாக எழுந்தான். இறுக்கம் . . . அம்மிக் குழவிபோல் கனம், ஆயிரம் ரணங்களின் வலி, எல்லாம் சேர்ந்து மனதில் பாரம்போல் . . . கால்களை அகற்றியகற்றி யாரும் பார்க்காமல் தந்திரமாக வெளியே வந்தான் மஜீது. நீர் வற்றிக்கிடந்த ஓடையினூடே கால்களை இழுத்திழுத்து நடந்து தோட்டத்திற்கு வந்து சுகறா வின் வீட்டுக்குச் சென்றான். அங்கே பெரிய ஆர்ப்பாட்டங்களோ ஆரவாரமோ எதுவுமில்லை. இது, அவர்கள் பணக்காரர்கள் இல்லை என்பதனால் இருக்கலாம் என்று மஜீது நினைத்துக் கொண்டான். பணக்காரர்களாக இருந்தால் மேளதாளத்துடன் வாணவேடிக்கையும் விருந்தும் ஆர்ப்பாட்டமும் இருந்திருக்கும்.

மஜீதைக் கண்டதும் சுகறாவின் உம்மா அலறியடித்துக் கொண்டு ஓடிவந்தாள்.

"எம் பிள்ளெ எதுக்கு இங்கெ வந்தீங்க?"

மஜீது வருத்தத்துடனும் வேதனையுடனும் சொன்னான்:

"காது குத்துறதப் பாக்க."

அப்போது சுகறாவும் அங்கே வந்தாள். அவளுடைய முகம் சிவந்துபோய்க் கண்கள் கலங்கியிருந்தன. காதுகளின் மேல் பகுதி முதல் கீழ்ப்பகுதி வரை குத்தித் துளைக்கப்பட்டு கறுத்த சரடு கோத்துக் கட்டப்பட்டிருந்தது. வலது காதில் பதினொன்றும் இடது காதில் பத்தும் துளைகள். பழுத்து, துளைகள் காய்ந்ததும் நூலை அவிழ்த்து உருவிவிட்டு வெள்ளி அலுக்கத்துப்[1] போடுவார்கள் என்பதும், கல்யாணம் நடக்கும் போது வெள்ளி அலுக்கத்தைக் கழற்றிவிட்டுத் தங்க அலுக்கத்து போடுவார்கள் என்பதும் மஜீதுக்குத் தெரியும்.

மஜீது, சுகறாவிடம் கேட்டான்:

"இப்பிடிக் காது குத்துறது எதுக்கு?"

"எனக்குத் தெரியாது."

"நல்லா வலிச்சுதா."

"எள்ளுபோலெ."

அதற்குள் மஜீதைத் தேடி ஆட்கள் வந்துவிட்டார்கள். இரண்டு பேராகச் சேர்ந்து தாங்கியெடுத்து வீட்டுக்குக்கொண்டு போய் மஜீதைப் படுக்க வைத்தார்கள்.

அந்தச் சம்பவம் பெரிய கொந்தளிப்பை உருவாக்கிவிட்டது. வாப்பா மஜீதையும் திட்டினார். மஜீதின் உம்மாவையும் திட்டினார். சுகறாவின் வாப்பாவையும் உம்மாவையும் திட்டிய பிறகு, அப்படியாக அது முடிவுக்கு வந்தது.

முதலில் குணமானவன், மஜீதுதான். அன்று மஜீதைக் குளிக்க வைத்து, புது உடுப்புகள் அணிவித்து, அத்தர் பூசி, புதுக் குடையுடனும் புதுத் தொப்பியுடனும் பள்ளிவாசலுக்கு அழைத்துச் சென்றார்கள். அது ஒரு கொண்டாட்டம்போல் இருந்தது. அவன் மிடுக்காக நடந்து போவதைச் சொல்லி சுகறா கிண்டல் செய்தான்:

"ஓ... பயலோட பெருமையைப் பாரு, பெண்ணு கெட்டப்போறதப் போல"...

---

1. பிறைவடிவில், மேலே பெரியதும் அடுத்தடுத்து சிறியதாகியும் வரும் ஒருவகை காதணி

பால்யகால சகி

ஐந்து

சுகறாவும் மஜீதும் அந்த வருடம் தேர்ச்சியடைந் தார்கள்.

கிராமப் பாடசாலையின் இறுதி வகுப்பைத் தொடர்ந்து, பட்டணத்துக்குப் போய் உயர்நிலைப் பாட சாலையில் சேர்ந்து படிக்க வேண்டும் எனும் சுகறாவின் விருப்பம் திடீரென்று ஏற்பட்ட ஒரு சம்பவத்தால் நடக் காமல் போனது. மஜீது முதன்முதலாக மரணத்தைப் பார்த்தான். சுகறாவின் வாப்பா இறந்துவிட்டார்.

அத்தோடு, அவளும், அவளது இரண்டு இளைய சகோதரிகளும், உம்மாவும் ஆதரவற்றவர்களானார்கள். அவர்களுக்கென்று ஆகமொத்தம் இருந்தது, ஒரு சிறு தோட்டமும் அதில் ஒரு சிறு வீடும்தான். பாக்கு வியாபாரம் மூலம் கிடைத்து வந்த சிறு வருமானத்தில் தான் சுகறாவின் வாப்பா, குடும்பத்தைக் காப்பாற்றிக் கொண்டிருந்தார். வெள்ளைத் தொப்பியும் செம்மண் படிந்த அழுக்கு வேட்டியும் அதுபோன்ற ஒரு துண்டும் தான் அவரது உடைகள். கறுப்புத் தாடிவைத்த, வெளுத்த அவரது வட்ட முகத்தின் கரும்விழிகளில் எப்போதுமே புன்னகை தவழ்ந்துகொண்டிருக்கும். முன்புறம் சற்று வளைந்து, கக்கத்தில் வைத்த கோணிப்பையுடன் அவர் நடந்து திரிவார். ஊரிலுள்ள வீடுகளிலிருந்தெல்லாம் பாக்கை வாங்கி பை நிறைய கட்டி, தானே சுமந்து கொண்டுபோய்ப் பட்டணத்தில் விற்பார். மற்றவர்களிடம் பேசுவதில் அவருக்கு அதிகமான ஆர்வமிருந்தது. தான் கண்ட தேசங்களில் உள்ள அதிசயங்களைப் பற்றியெல் லாம் மஜீதிடம் சொல்வார். வெளியிடங்களில்தான் உண்மையான முஸ்லிம்கள் வாழ்கிறார்கள். இங்கிருப்

பவர்கள் வெறும் மூடநம்பிக்கையாளர்கள். இறுகிய மனங் கொண்டவர்கள். நல்ல மனிதர்களைப் பார்க்க வேண்டு மென்றால் வெளியிடங்களுக்குத்தான் போக வேண்டும்.

"இங்கெ உள்ளவங்க நெனக்கிறது என்னன்னு கேட்டா, நாமதான் சரியான முஸ்லீங்கள்னு. இது புத்தியில்லாம சொல்லுறது. படைச்சவன் நாடி[1], நீங்கள்லாம் படிச்சு பெரியா ளாகும்போது இந்த நெலமை எல்லாம் மாறிடும்."

சுகறாவைப் பெரிய படிப்புகள் படிக்க வைக்க வேண்டு மென்பதுதான் அவரது வாழ்க்கையின் மிகப்பெரிய லட்சியமாக இருந்தது.

"பெறகு", அவர் சொல்வார்: "அவ, பெரிய உத்தியோகத்துலெ இருக்கும்போது நம்மளெ எல்லாம் மறந்துடுவா. அது என்னோட வாப்பான்னு சொல்ல அவளுக்கு வெக்கமா இருக்கும்."

"அது சரிதான்." மஜீது கள்ளப் பார்வையுடன் சொல்வான்: "சொகறா பெரிய கவுரவம் பிடிச்சவதான்."

அப்போது சுகறா வாசல் கதவில் மறைந்து நின்று மஜீதை முறைத்துப் பார்ப்பாள். பற்களைக் கடித்துக் கொஞ்சம் கோபத்தை வெளிப்படுத்தி சத்தம் கேட்காமல் சொல்வாள்:

"கொஞ்சம் பெரிய ஒண்ணு."

இதுபோன்ற சந்தர்ப்பங்களில் மட்டும்தான் மஜீது அவளைத் தண்டிப்பதும் நடக்கும். அதுவும் வித்தியாசமான முறையில். எப்போதும் கைவசம் வைத்திருக்கும் ரப்பர் கவணில் மடியி லிருந்து ஒரு சிறு உருண்டைக்கல்லை எடுத்து சுகறாவின் கணுக்காலைக் குறிவைத்து மெதுவாக இழுத்துவிடுவான், குறி தப்பாமல்.

அது அவளது கணுக்காலில் பட்டதும் அவன் சொல்வான்:

"நான் அந்தக் கதவுலெ ஒட்டியிருக்குற சுண்ணாம்புலதானே அடிச்சேன்."

சுகறா அசையமாட்டாள். அவளது கண்களிலிருந்து ஓரிரு சொட்டுக் கண்ணீர் இற்றுவிழும். அவ்வளவுதான். இதை யெல்லாம் கவனிக்காமல் சுகறாவின் உம்மா சொல்வாள்:

"நீ இப்பிடிக் குறிவெச்சிக் குறிவெச்சி எங்க சட்டியும் பானெயுமெல்லாம் உடைப்பே மஜீதே. வாங்குறக்கு உங்களப் போல எங்களுட்டெ பணம் ஒண்ணும் கிடையாது."

---

1. நாடினால்

“ஓ . . . நான் இனி குறி வெக்க ஒண்ணும் இங்க வர மாட்டேன். நான் இந்த ஊரை விட்டே போகப் போறேன்.”

“எங்க போறே?”

“ஆறுமாசத் தூரம்தாண்டி.”

“பெறகு” சுகறா சொல்வாள்:

“அந்தியானா[1] வீட்டுக்குப் போயிருவான்.”

மஜீதைப் பற்றிய சுகறாவின் அபிப்பிராயம் அதுதான். ஆனால், சுகறாவைப் பற்றிய மஜீதின் எண்ணம், அப்படியொன்றுமில்லை.

“பெறகு, நான் தேசம் பூராவும் சுத்தி முடிஞ்சு ஊருக்கு வரும்போது சொகறா பெரிய உத்தியோகத்துலே இருப்பா. அப்போ இந்த திருமதி, என்னெக் கண்டா, கண்டது போலவும் கூட காட்டிக்க மாட்டா.”

தொலைதூரத்திலிருக்கும் மகிழ்ச்சி நிறைந்த எதிர்காலத்தை மனதில் கண்டவள்போல் மெல்லிய ஒரு புன்னகையொன்று அவளது முகத்தில் அரும்பும்.

நீண்ட யோசனைக்குப் பிறகு சொல்வாள்:

“நீயில்லையா படிச்சிப் படிச்சி பெரிய உத்தியோகத்துக்குப் போகப் போறே? எங்களுட்டே பணம் இல்லியே?”

சுகறாவின் வாப்பா சொல்வார்:

“பணமெல்லாம் நமக்கு அல்லா தருவான். நம்ம மூணு பேருமா பட்டணத்துலெ பாடசாலையிலிருந்து தெனமும் சேந்து வரலாம், நான் பாக்கு வித்துட்டு நெதமும் பாடசாலெ வாசல்லே வந்து நின்னுக்கிடுவேன்.”

ஆனால், இதற்கான சந்தர்ப்பம் வாய்க்கவில்லை. அவர் மழையில் நனைந்து வந்து இரண்டு மூன்று நாள்கள் காய்ச்சலாகப் படுத்தவர்தான். மூன்றாவது நாள் சாயுங்காலம் இறந்து போனார். மரணப் படுக்கையின்போது மஜீதும் பக்கத்தில் இருந்தான். அணைந்துபோன விளக்கின், புகை படிந்த சிம்னி போல் அந்தக் கண்கள் இரண்டும் ..! பிரகாசமும் சூடும் வற்றிப்போய் அசைவற்றுவிட்டது, அந்தச் சரீரம்.

மறுநாள்தான் மய்யித்து[2] அடக்கம் செய்யப்பட்டது. வழக்கம்போல் அன்று சாயங்காலமும் சுகறாவை எதிர்பார்த்து

---

1. பொழுது சாய்ந்தால்

2. சடலம்

மஜீது மாமரத்தின் கீழ் நின்றிருந்தான். அவள் சோகத்துடன் மெல்ல நடந்து வந்தாள். சுகறாவின் முகத்தை மஜீது ஏறிட்டுப் பார்த்ததுமே அவள் வாய்விட்டு அழுதுவிட்டாள். மஜீதால் எதுவுமே சொல்ல முடியவில்லை. அவனது கண்ணீர் சுகறாவின் தலையிலும் அவளது கண்ணீர் மஜீதின் நெஞ்சிலும் விழுந்து வடிந்துகொண்டிருந்தது.

அப்போது, இருண்ட தென்னை மரங்களினூடே நீல வானத்தில் சந்திரவட்டம் தெளிவாக நின்றிருந்தது.

ஆறு

மஜீதை அவனது வாப்பா பட்டணத்தில், உயர் நிலைப் பாடசாலையில் சேர்க்க அழைத்துக்கொண்டு போவதை சுகறா வீட்டுவாசலில் நின்று பார்த்தாள். இரண்டுபேரிடமும் குடை இருந்தது. மஜீதிடமிருந்தது புதிய குடை. அவனது சட்டையும் வேட்டியும் தொப்பியும் கூட புதியவைதான். கிராமத்தின் தெருவினூடே அவர்கள் நடந்த சென்று, தூரத்தில் மறைவது வரை அவள் பார்த்துக் கொண்டே நின்றிருந்தாள்.

அன்று சாயங்காலம் பாடசாலையிலிருந்து திரும்பி வந்ததுமே மஜீது மாமரத்தின் கீழ் ஆஜரானான். அவன் கையில் நல்ல வாசமுள்ள புதிய புத்தகங்கள் இருந்தன. ஆர்வத்துடன் ஓடிவந்த சுகறாவிடம் அவற்றைப் பெருமை யாகக் காட்டினான்

“இதுலே நிறைய படமிருக்கு.”

அவள் அதிலொன்றை வாங்கி மோந்துவிட்டு புரட்டிப் புரட்டிப் பார்த்துக் கொண்டிருந்தாள். மஜீது, பல மைல் தூரத்திலிருக்கும் பட்டணத்தின் அதிசயங் களைப் பற்றி வர்ணித்தான். பிறகு, பாடசாலையைப் பற்றிச் சொன்னான்:

“பட்டணத்துலே, நட்ட நடுவுலே, வெள்ளெயடிச்ச ஏழு பெரிய கட்டடங்க. இங்க உள்ளதுபோல இல்லெ, அதுலெ, பெரிய ஒரு தோட்டமும் உண்டு. அதிலே என்னெவெல்லாம் செடிகள் உண்டு, தெரியுமா? நான் அதோட எல்லா வித்துகளையும் கொண்டு வருவேன். பெறகு, வௌயாடுற இடம். அதெல்லாம் ஒண்ணு பாக்க வேண்டிய இடங்கதான்.” மஜீது தொடர்ந்து சொன்னான்:

“பிள்ளைங்க எவ்வளவு பேரு படிக்கிறாங்க தெரியுமா? கணக்கே கிடையாது. ஹெட் மாஸ்டரு தங்கக் கண்ணாடி போட்ட ஒரு தடியன். எப்பவும் கையிலெ கம்பு வச்சிருப்பாரு. அப்புறம், எங்க சாருக்கு கண்ணு ஒண்ணுதான் இருக்கு. எங்க வகுப்புல நாப்பத்திரண்டு பிள்ளைங்க. அதிலே பதினாலு பேரு பெம்புளெப் பிள்ளைங்க.”

மஜீது பதற்றத்துடன் நிறுத்தினான். சுகறாவின் கண்ணீர், புத்தகத்தில்...

“சொகறா,” மஜீது கூப்பிட்டான். கண்ணீருக்கான காரணம் அவனுக்கு விளங்கவில்லை.

“ஏன் அழுவுறே?” மஜீது திரும்பத் திரும்பக் கேட்டான்.

கடைசியில், அவள் தலை உயர்த்தி மெல்லிய குரலில் சொன்னாள்:

“எனக்கும் படிக்கணும்.”

சுகறாவுக்கும் படிக்கவேண்டும். ஆண்டவா, இதற்கு என்ன வழி? மஜீது மூளையைக் கசக்கி யோசித்துப் பார்த்தான். சில்வண்டு இரைவது போன்ற சத்தம்தான் தலைக்குள் கேட்டுக்கொண்டிருந்தது. கடைசியில் ஒரு வழி கிடைத்தது.

மஜீது சொன்னான்:

“நித்தமும் நான், படிக்கிறதெ ஒனக்குச் சொல்லித் தாறேன்.”

அதற்கு அவள் சம்மதித்தாள். பிறகு, அதைவிட நல்ல ஒரு வழியை மஜீது கண்டுபிடித்தான். மஜீதின் வீட்டில் நிறைய பணம் இருக்கிறதல்லவா? சுகறாவையும் பாடசாலையில் சேர்த்துப் படிக்க வைத்தால் என்ன? வாப்பாவிடம் சொல்வதற்குப் பயம். உம்மாவிடம் சொல்லலாம். அவன் முடிவு செய்தான். வாப்பா அன்பானவர்தான். சிறு முன் கோபமும் உண்டு. பேசும்போதெல்லாம் நான் சொல்வது புரிகிறதா, இல்லையா என்று கேட்டுவிட்டு முடிப்பார்.

அன்று இரவு சாப்பாடெல்லாம் முடிந்து வாப்பா வெற்றிலைக்குச் சுண்ணாம்பு தடவிக்கொண்டிருந்தார். உம்மா, பாக்கைத் தோல் சீவிக்கொண்டிருந்தாள்.

படபடக்கும் நெஞ்சுடன் மஜீது உம்மாவின் பக்கத்தில் போய் அமர்ந்துகொண்டு மெல்லக் கூப்பிட்டான்.

“உம்மா.”

தாய் பரிவோடு கேட்டாள்:

"என்ன மவனே?"

மஜீது மெதுவாகச் சொன்னான்:

"நமக்கு அந்த சொகறாவையும் சேத்துப் படிக்க வெச்சா என்ன?"

கொஞ்ச நேரம் யாரும் எதுவும் பேசவில்லை. வாப்பா வெற்றிலையைச் சுருட்டி வாயில் வைத்து பாக்குத்துண்டையும் வாயிலிட்டு அசைபோட்டார். பிறகு, தங்கம்போல் பிரகாசிக்கும் பித்தளைச் செல்லத்திலிருந்த[1] வெள்ளை டப்பாவை எடுத்துத் திறந்தார். காட்டமான ஒரு வாசம் அங்கே பரவியது. இடித்துச் சேர்த்த புகையிலையை உள்ளங்கையில் வைத்து வாயிலிட்டார். அதை மேலண்ணத்தில் ஒதுக்கி வைத்துவிட்டு எட்டி முற்றத்தில் துப்பினார்.

"இதுலெ துப்புனா போதாதா?" உம்மா படிக்கத்தை[2] வாப்பாவின் அருகில் தள்ளி வைத்துவிட்டுச் சொன்னாள்:

"அந்தச் செடியிலே உள்ள இலையிலெ எல்லாம் துப்பல், ரெத்தம்போலக் கெடக்கும்."

"அவனோட உம்மாவுக்கெ ஒரு செடி" என்று பரிகாசமாகச் சொல்லிவிட்டு வாப்பா சாய்வு நாற்காலியில் சாய்ந்தார். பகல் பொழுதைவிடப் பிரகாசமாக வீசிய சர விளக்கின் வெளிச்சத்தில் வாப்பாவின் ஃப்ளானல் சட்டையிலிருந்த தங்கப் பித்தான்கள் மஞ்சள் நிறத்தில் ஒளிர்ந்தன. அவரது, கறுத்த புருவங்கள் மேலே உயர்ந்தன. தவிட்டு நிறமுள்ள தோல்போல் மினுமினுத்த நெற்றி சுருங்கியது. தங்கக் கண்ணாடியின் வட்டச் சில்லுகளினூடே பார்த்த வாப்பா மஜீதைப் பற்றிய அபிப்ராயத்தைப் பிரகடனம் செய்தார்:

"எடியே, இவன் எங்கயாவது போகட்டும். ஊரு, ஒலகத்தை ஒண்ணுச் சுத்திக்கெறங்கி, நம்மைப்போல உள்ளதுங்க எல்லாம் எப்படி வாழுறாங்கன்னு இவன் பாத்துப் படிக்கட்டுண்டி! மனசிலாச்சுதா, இல்லியா" என்றார்.

1. பெட்டி
2. எச்சில் துப்பும் பாத்திரம்

“சரி, தொடங்கியாச்சி. மூச்சு உட நீதமில்லெ[1]. உடனே, போயிடு, ஊரெ விட்டு. இருந்தாலும், ஏன்தான் இப்பிடி தெனசரி சொல்லுறீங்களோ?”

“எடியே, இவனுக்கு புத்தி கொறவுடீ.”

“ஆமா . . . மிச்சமுள்ளவங்களுக்கு புத்தி நிறைய இருக்கு.”

குத்துவதுபோன்ற உம்மாவின் பதில்கள். வாப்பா விட்டு விடுவாரா?

“எடியே, இவனுக்கு வாய்ச்சிருக்குறது, உன்னோட புத்தி யாக்கும். மனசிலாச்சுதா இல்லியா.”

“ஆமா . . . வர வர இப்போ எம் புத்திக்கும் கொறவு வந்துட்டு. அல்லாவுக்கெ வேலை.”

“எடியே, இல்லேன்னா இவனுக்கு இப்பிடித் தோணுமா? எடியே, என் தம்பிமாருக்கு எல்லாஞ் சேந்து மொத்தம் இருபத்தாறு பிள்ளைங்க. ஒந்தம்பி, தங்கச்சிமாருக்கு எல்லாஞ் சேர்ந்து கணக்கில்லாமெ, நாப்பத்தியொண்ணோ என்னமோ. எடியே, அதுங்க எல்லாமே இங்கெ வந்து சோறு தின்னும்போது நான் ஏதாவது சொல்லுறனா? – இல்லியா.”

“பதுரீங்களே[2], இது என்னது, எச்சித்தனமான பேச்சு?”

“எடியே, நீ ஆயிரம் பதுரீங்களைக் கூப்பிட்டாலும் சரி, அப்படியும் ஒனக்குப் புத்திவராது. இல்லே, நா சொல்றது உனக்கு மனசிலாச்சுதா? இல்லியா.”

“மனசிலாகாதுண்ணா, திரும்ப, எழுதிக் காட்டுங்கோ.”

எழுத்து வாசனையில்லாத உம்மா சொன்னாள்.

இதைக் கேட்டதும் வாப்பா சத்தமாகச் சிரித்தார். உம்மாவின் வெள்ளைக் குப்பாயத்தில் சிவந்த வெற்றிலைத் துப்பல்கள் தெறித்தன.

“போடி அந்தப் பக்கம்.” வாப்பா உத்தரவு போட்டார்: “போயி, குப்பாயத்தெ மாத்திட்டு வா. மனசில்லாச்சுதா இல்லியா?”

உம்மா போய் குப்பாயத்தை மாற்றி வேறொன்றை அணிந்துகொண்டு வந்தாள்.

---

1. வழியில்லை
2. இறையடியார்கள்

வாப்பா தொடர்ந்து சொன்னார்:

"எழுதிக்காட்டவா சொல்லுறே? எடியே உன் வாப்பா படிச்சிருக்காரா? இல்லியா. உன் கூடப் பெறந்தவனுக எவனாவது படிச்சிருக்குறானுங்களா? இல்லியா."

உம்மாவா விடுவாள்?

"ஆமாமா ... உங்க ஆளுங்க நெறயெ படிச்சிருக்குறாங்க."

வாப்பா கொஞ்ச நேரம் இதற்குப் பதில் எதுவும் சொல்லாமல் அமர்ந்திருந்தார். வாப்பாவுக்கு எழுத்து வாசனை கிடையாது. வாப்பாவின் வாப்பாவும் வாப்பாவின் உம்மாவும் படித்த தில்லை. அதை உம்மா நினைவுபடுத்திப் பேசியதும் வாப்பா வுக்குக் கோபம் வந்தது.

"அதிகம் பேசுனா தெரியும்லா?"

வாப்பா கர்ஜனை செய்தார்:

"சங்குலெ சமுட்டிருவேன்[1]. மனசிலாச்சுதா, இல்லியா."

உம்மா இதற்கும் ஏதாவது பதில் சொன்னால் சண்டை வந்துவிடும். வாப்பா உடனே, வெற்றிலைச் செல்லத்தை எடுத்து வெளியே வீசுவார். உம்மாவை அடிப்பார். மஜீதை அடிப்பார். மஜீதின் சகோதரிகளை அடிப்பார். மட்டுமல்ல, மஜீதின் செடிகளை வேரோடு பிடுங்கியெறிவார் ... ஆகவே, உம்மா இதற்கு எந்தப் பதிலும் சொல்லவில்லை. உம்மா எதுவும் சொல்லாமலிருப்பதைக் கண்டதும் வாப்பா கேட்டார்:

"என்னடீ, உன் நாக்கு கீழே போயிட்டுதா? இல்லியா."

உம்மா அமைதியாகச் சொன்னாள்:

"எதுக்கு இதெல்லாம் போட்டுப் பேசிட்டு இருக்குறீங்க? அவன் என்ன கேட்டுட்டான். அல்லாவோட, துவா[2] பரக்கத்து கொண்டு நமக்குப் போதுமான நெஸீபு[3] இருக்கு. இப்போ அந்த சொகறாவோட வாப்பா மரிச்சுப் போயிட்டாரு. அதுங்களுக்கு ஆருமில்லெ. நமக்கு அவளெ ஒண்ணு படிக்க வெச்சா என்னெ?"

மஜீது ஆர்வத்துடன் எதிர்பார்த்திருந்தான். உம்மாவின் கழுத்திலும் காதுகளிலும் கிடந்த தங்க ஆபரணங்கள் மின்னின.

---

1. குரல்வளையில் மிதிப்பேன்
2. வேண்டுதலின் பலன்
3. வசதி வாய்ப்பு

"உண்டுடீ, நமக்குத் தாராளம் நெஸீபு உண்டு. இதெல்லாம் உன்னோட வாப்பா சம்பாத்தியத்திலெ வந்ததா? இல்லேன்னா உனக்கு ஸ்ரீதனமா கெடச்சதா?"

"சரி, தொடங்கியாச்சி, ஸ்ரீதனம். சக்காத்து[1]க்குக் கெட்டிக் கிட்டு வந்தீங்களோ? எண்ணி வாங்குன ஆயிரமும், போதாதுன்னு கழுத்துலயும், காதுலயும், கையிலயும், கால்லயும், பத்தாதுன்னு இடுப்புல வேற நிறைய பொன்னும் பண்டமும் வாங்குனது மறந்து போச்சி."

"ஹூம்." வாப்பா மீசையை விரித்துவிட்டார். "அவளோட ஒரு ஆயிரம் உருவா! எடியே உன் எடைக்குப் பணம் குடுத் தாலும் உன்னைப் போல புத்தியில்லாதவளை எவனாவது கெட்டுவானாடி? இல்லியா."

"அப்பிடீன்னா, இனி ஒரு புத்தியுள்ளவளப் போய் கெட்டுங்கோ."

"கெட்டுவேண்டி, கெட்டுவேன். என்னப் போலெ யோக்கி யதெ உள்ள ஆம்புளைங்களுக்கு ஆயிரமில்லடீ, பத்தாயிரம் தர்றதுக்கும் ஆளுண்டு. மனசில்லாச்சுதா, இல்லியா."

உம்மா இதற்கு எந்தப் பதிலும் சொல்லவில்லை. தேவைப் பட்டால் வாப்பாவுக்கு எத்தனையும் கட்டலாம். உம்மா எந்தப் பதிலும் சொல்லாததைக் கண்டதும் வாப்பாவுக்குக் கோபம் வந்தது.

"அவ சொல்லுறதப் பாரேன். நமக்குத் தாராளமா நெஸீபு இருக்குதாம்."

நம்மிடம் ஒரு காசுக்குக் கூட வசதியில்லை என்பது போன்ற பாவத்துடன் வாப்பா இதைச் சொன்னார். மஜீதுக்கு உண்மை தெரியும். அந்த ஊரில் மிக அதிகமான பணமும் நிலபுலன்களும் உள்ளவர் வாப்பாதான். ஒவ்வொரு தடவையும் பறிக்கும் தேங்காய்கள், தோப்புகளில் கும்பாரம்[2] போல் குவிந்து கிடக்கும். ஒவ்வொரு தடவையும் அறுவடை யாகிக் கதிரடித்துக் கொண்டு வரப்படும் நெல்லைப் போட்டு வைக்க இடம்தான் போதாமலிருக்கும். போதாக்குறைக்கு மர வியாபாரத்திலும் நல்ல லாபம் கிடைத்துக்கொண்டிருந்தது. ஒரு தடவை, மரம் விற்ற பணம் முழுவதையும் வாப்பா, குதிரைப் பவுனாகக் கொண்டுவந்தார். அதை வெள்ளைக் காகிதத்தில்

1. தர்மம்

2. குவியல்

குன்றுபோல் சொரிந்து சர விளக்கின்ன் முன் வைத்து வாப்பா எண்ணி எண்ணி அடுக்கி, துணிப்பையில் கட்டி, பெட்டியில் வைத்துப் பூட்டினார். பூட்டுவதற்கு முன் மஜீது அதை அள்ளி விளையாடினான். அதன் மஞ்சள் பிரகாசத்தையும் சலசல வெனும் சத்தத்தையும் மஜீதால் மறக்கவே முடியவில்லை. இவ்வளவு பெரிய பணக்காரருக்கு ஒரு பாவப்பட்ட பிள்ளையைப் படிக்க வைக்கக்கூடாதா?

உம்மா சொன்னாள்:

“இல்லேன்னு சொல்லாதீங்கோ. இந்த ஊர்லெ உள்ள எல்லாரையும்விட அதிகமான சொத்து நம்மளுட்டே இருக்கத் தானே செய்யிது? மஜீதுக்கு ஆகிற செலவுதானே அந்த சொகறாவெ நாம படிக்க வெச்சாலும் ஆகும்.”

வாப்பாவுக்குக் கோபம் வந்தது.

“எடியே, உனக்குப் புத்தி கிடையாதுண்ணு சொன்னா மனசிலாவாதா? இல்லியா. எடியே, நானும் நீயும் சம்மந்தப்பட்ட ரத்த உறவுலெ உள்ளதுங்க எல்லாஞ் சேந்து ஆகமொத்தம் எவ்வளவு பேருன்னு உனக்குத் தெரியுமாடி? இல்லியா. இருபத் தாறும் நாப்பத்தி ஒண்ணும் எத்தனைண்ணு தெரியுமாடி? இல்லியா.”

உம்மா கேட்டாள்:

“எத்தனடா மஜீது?”

மஜீதின் மூளை வேர்த்துவிட்டது. சிக்கலான கணக்குதான். அவன் பென்சிலும் பேப்பரும் எடுக்க ஓடினான்.

மிகுந்த பரிகாச பாவத்துடன் வாப்பா ஒரு சிரிப்பு சிரித்தார்.

“இந்தா ஓடுது பாரு, உன்னோட புத்தி.”

மஜீது பென்சிலும் பேப்பரும் கொண்டு வந்தான். இருபத் தாறின்கீழ் நாற்பத்தியொன்றை எழுதினான். பிறகு, வேர்த்துக் கொட்ட, கூட்டத் தொடங்கினான்.

அப்போது, வாப்பா சிரித்தபடி சொன்னார்:

“எடியே, அறுபத்தேழுடி.”

அப்போது மஜீதும் கூட்டி முடித்திருந்தான்.

“சரிதான். அறுபத்தேழு.” மஜீதும் ஒப்புக்கொண்டான்.

வாப்பா உறுமினார்: ‘போடா அந்தப் பக்கம்’

“எடியே, அந்த சொகறா நல்ல பெண்ணுதான். புத்தியுள்ளவ தான். இருந்தாலும் அவளெ நாம படிக்க வெக்கறதுன்னா இந்த அறுபத்தேழையும் படிக்க வெக்கணும். அதுக்கான வசதி நம்மளுட்டெ உண்டாடி?”

உம்மா எதுவும் சொல்லவில்லை.

“அவன் போயிட்டானா இங்க இருந்து?” மஜீதைப் பார்த்து வாப்பா திரும்பவும் சொன்னார்:

“போடா, இங்க இருந்து.”

மஜீது வருத்தத்துடன் போய் ஜன்னலின் அருகில் நின்று சுகறாவின் வீட்டைப் பார்த்தான். கைகளில் முகத்தைத் தாங்கிய படி மண்ணெண்ணெய் விளக்கின் மஞ்சள் சுடரைப் பார்த்த படியே யோசனையுடன் வராந்தாவில் அமர்ந்திருந்தாள் சுகறா.

எதைப் பற்றியோ யோசிக்கிறாளோ?

ஏழு

சுகறாவின் வாழ்க்கை, நோக்கம் எதுவுமில்லாமல் அப்படியே நகர்ந்துகொண்டிருந்தது. பெரும்பாலான நேரம் அவள் மஜீதின் வீட்டில்தானிருந்தாள். எல்லோருக்குமே அவள் மீது பிரியம்தான். ஆனால், அவள் முகத்தில் எப்போதும் ஒரு சோகம் படர்ந்திருக்கும். எதை நினைத்தும் விசனப்படக்கூடாது என்று மஜீதின் உம்மா, சுகறாவிடம் அடிக்கடிச் சொல்வதுண்டு.

“எனக்கு வெசனமொண்ணுமில்லெ.”

லேசான புன்சிரிப்புடன் சுகறா சொல்வாள். ஆனால், குரலிலிருக்கும் சோகத்தை அவளால் மறைத்துவிட முடியாமலிருந்தது. இது, மஜீதையும் வேதனைப்படுத்திக்கொண்டிருந்தது.

அவன் சொல்வான்:

“சொகறா, முன்ன நீ சிரிக்கிறதெபோலெ ஒரு சிரிப்பைப் பாக்க ஆசையா இருக்கு.”

அவள் சொன்னாள்:

“நான் முன்னப்போலதானெ சிரிக்கிறேன்?”

“இல்லே, இப்ப உள்ள சிரிப்புலெ கண்ணீரும் கலந்திருக்குறதபோலெ.”

“ஓ . . . அது நான் வளந்ததுட்டதனாலெ இருக்கும்.”

சிறிது நேரத்திற்குப் பிறகு சொல்வாள்:

“நாம வளந்திருக்கவே கூடாது.”

வளர்ந்துவிட்டதால்தானா சோகங்களும் ஆசைகளும் உருவாயின?

அவர்கள் ஒரு காலத்தில் குழந்தைகளாக இருந்தார்கள். தங்களை அறியாமலேயே அவர்கள் வளர்ந்தும்விட்டார்கள். முலையும் தலையும் வளர்ந்து யுவதியாக மாறினாள் சுகறா. மஜீது லேசான மீசை அரும்பிய இளைஞனாக மாறினான்.

சுகறாவுக்குத் தன் எதிர்காலத்தைப் பற்றி மிகுந்த வருத்த மிருந்தது. சகோதரிகளும், தாயும், அவளும் இப்போது அனாதைகள். தந்தையின் மரணத்திற்குப் பிறகு குடும்பச் சுமைகள் அவளிடம் வந்துசேர்ந்தன.

அவளுக்கு வயது பதினாறுதான் ஆகிறது. பெண்ணாகப் பிறந்தவள்தான், இருந்தாலும் குடும்பத்தைக் காப்பாற்ற வேண்டும். எவ்வளவு காலம்தான் மஜீதின் உம்மாவிடமிருந்து உதவி களைப் பெறமுடியும்? மற்றவர்களுடைய நல்ல மனதை நம்பி எவ்வளவு நாள் வாழ்வது? அங்கே மஜீது மட்டும்தான் இருக்கி றான் என்றால் அவளுக்கு எந்த மனவருத்தமும் ஏற்பட்டிருக்காது.

மஜீதின் வாப்பாவிடமோ உம்மாவிடமோ சகோதரி களிடமோ அவளுக்கு எந்தப் பிணக்கமும் கிடையாது. இருந்தாலும் மஜீதிடமுள்ள எதுவோ ஒன்று மற்றவர்களிட மில்லை. மஜீது அவளது எதிரில் இருக்கும்போது எதுவும் தோன்றுவதில்லை. அவன் இல்லாதபோது மனதில் ஏதோ குறைபாடு. மஜீது காலையில் பாடசாலைக்குப்போனால் சாயுங்காலம் திரும்பி வருவதுவரை அவளுக்குள் ஒரு சஞ்சல மிருக்கும். மஜீதுக்கு உடம்புக்கு ஏதாவது வந்தால் அவளுக்குத் தூக்கம் வராது. எப்போதும் மஜீதின் பக்கத்திலேயே இருக்க வேண்டும். இரவு பகல் பாராமல் அவனுக்குப் பணிவிடைகள் செய்ய வேண்டும்.

அவளது ஆசையைப் பூர்த்திசெய்வதுபோல் அப்போது ஒரு சம்பவம் நடந்தது. மஜீதின் வலதுகாலில் ஒரு விஷக் கல் குத்திவிட்டது. அது, பட்டணத்தில் உயர்நிலைப் பாட சாலைக்குப் படிக்கச் சென்ற நான்காம் ஆண்டு. பாடசாலையி லிருந்து திரும்பி வரும்போது காலில் வேதனை தொடங்கியது. நொண்டியபடியே அவன் வீட்டில் வந்து ஏறினான். மறுநாள் காலின் அடிப்பாகத்தில் கட்டி பழுத்துத் தெரிந்தது. உடல் முழுவதும் வலியும் வேதனையும். மஜீது கட்டிலில் கிடந்து நெளிந்துகொண்டிருந்தான். கட்டி உடைந்தால் வலிகுறைந்து விடுமென்று எல்லோரும் சொன்னார்கள். ஆனால், யாராவது பக்கத்தில் சென்றால்கூடபோதும், மஜீது அழுதுவிடுவான்.

அங்கே, எப்போதுமே ஆட்களின் கூட்டம்தான். அவனைப் பார்க்க வருபவர்கள் இல்லாத நேரமாகப் பார்த்து சுகறா

அறைக்குள் சென்று மஜீதின் கால் பக்கத்தில் நின்று வீங்கியிருந்த காலில் ஊதிவிட்டுக் கொண்டிருப்பாள். பெரிய, மஞ்சள் நிறக் கொய்யாப்பழம் போல் அது காலிலிருந்து புடைத்துப் பழுத்து வீங்கியிருந்தது. மஜீதால் வலியைத் தாங்கிக்கொள்ளவே முடிய வில்லை.

"சொகறா, நான் மரிச்சுப் போவேன்." மஜீது வருத்தத்துடன் சொன்னான்.

என்ன செய்யமுடியும்? அவளுக்கு ஒன்றுமே தோன்ற வில்லை. அழுகைதான் வந்தது. அவள் மஜீதின் பாதத்தைத் தனது கன்னத்துடன் சேர்த்துப் பிடித்தாள்.

உள்ளங்காலில் அழுத்தமாக ஒரு முத்தம் பதித்தாள். முதல் முத்தம்!..

அவள் எழுந்து அவனது கொதிக்கும் நெற்றியைத் தடவிய படியே அந்த முகத்தின் மீது குனிந்தாள்.

சுகறாவின் கூந்தல் அவிழ்ந்து மஜீதின் நெஞ்சில் விழுந்து படர்ந்தது ... அவளுடைய மூச்சுக்காற்று அவனது முகத்தில் பதிந்தது. சுகறாவின் முழுமையான வாசம். மின்னோட்டம், அவனது நாடி நரம்புகளை அதிரச்செய்துகொண்டிருந்தது ... காந்தத்தால் ஈர்க்கப்பட்டதுபோல மஜீதின் முகம் மேலெழுந்தது. கைகளிரண்டும் அவளது கழுத்தைச் சுற்றி வளைத்துக்கொண்டன. அவளை, அவன் நெஞ்சோடு சேர்த்தணைத்துத் தன்னில் சுவீகரித்துக்கொண்டான்.

"சொகறா!"

"ம்..?"

சுகறாவின் சிவந்த உதடுகள் மஜீதின் உதடுகளில் பதிந்தன.

வாழ்க்கையின் தொடக்கக் காலம் முதலாக இருந்த நட்புதா னென்றாலும் அன்று, முதன்முதலாகக் கிளர்ந்தெழுந்த உணர்வு களுடன் அவர்கள் பரஸ்பரம் ஒட்டிக்கொண்டார்கள் ... ஆயிரமாயிரம் முத்தங்களைப் பரஸ்பரம் பரிமாறிக்கொண் டார்கள். கண்கள், நெற்றி, கன்னங்கள், கழுத்து, மார்பு ... உடல்கள் நடுங்க ... சுகமான ஒரு பதற்றம். புதிதாக ஒரு ஆசுவாசமும். எதுவோ நிகழ்ந்திருக்கிறது. என்ன அது?

"கட்டி உடைஞ்சி போச்சு." சிறு புன்சிரிப்புடன் இனிமை யான சங்கீதம்போல் சுகறா கிசுகிசுத்தாள்.

மஜீது எழுந்து அமர்ந்தான். ஆச்சரியம்...! கட்டி உடைந்து போயிருந்தது. வெட்கத்தால் தாழ்ந்த சுகறாவின் மோகம் படிந்த முகத்தை மஜீது பார்த்தான். அந்தப் பவள உதடுகளின் இனிமையும் அந்த முதல் முத்தங்களின் மயக்கும் மென்மையும்!

சுகறா முத்தம் பதித்த வலது உள்ளங்காலில் இனம் புரியாத குளிர்ச்சி..!

சுகறாவால் அன்றிரவு தூங்க முடியவில்லை. உடல் முழுக்கச் சூடாக... அவள் கரைந்துகொண்டிருந்தாள்.

சுகறாவின் வாழ்க்கையில் ஒரு நோக்கமிருந்தது. ஆனால், அதன் சாத்தியங்களைக் குறித்துச் சிந்திப்பதற்கு அவளுக்குப் பயமாக இருந்தது.

பெரும் நிச்சயமற்ற தன்மைகளுடன் அவளது தினப்படி வாழ்க்கை அப்படியே கழிந்துகொண்டிருந்தது.

எட்டு

சுகறா மஜீதையும் மஜீது சுகறாவையும் நேசிக்கிறார்கள். இந்த விவரம் பரஸ்பரம் இருவருக்கும் தெரிந்துமிருந்தது. அன்பு வளையத்தின் நடுவிலிருந்தான் மஜீது. ஆனாலும், வாழ்க்கைக் குறித்த சிந்தனைகளும் உயர்ந்த நோக்கங்களும்தான் மஜீதை வழிநடத்திச் சென்றன. மிகுந்த சுயஅபிமானத்துடன் வாழ்பவன் மஜீது. தன்னைப் பற்றி மிகப் பெரிய மதிப்பைத் தனக்குள் வைத்திருந்தான். தந்தை வாழ்ந்துகொண்டிருக்கும் உலகத்தில் அல்ல, அவனது வாழ்க்கை. குடும்ப விஷயங்களைப் பற்றி எதுவும் தெரியாது. வாப்பாவிடம் எதையாவது பேசவும்கூட அவனுக்கு பயம்தான்.

வாப்பா யாருடைய அபிப்ராயங்களையும் ஏற்றுக்கொள்ளாமல் ஒரு சர்வாதிகாரிபோல் அனைத்தையும் நடத்துபவர். மஜீதுக்கு ஏதாவது தேவைப்பட்டால் உம்மாவிடம் கேட்டு வாங்கிக்கொள்வான். வாப்பாவின் குரல் கேட்கும்போது மஜீதின் மனதிற்குள் எதிர்ப்பின் மௌன கர்ஜனைகள்தான் எழும். எதைப் பற்றிய எதிர்ப்பு? மஜீதுக்குக் குறிப்பாகத் தெரியவில்லை. ஒரு நல்ல தகப்பனல்லவா அவர்? மஜீதுக்கான அனைத்தையும் செய்து தருபவர் அல்லவா? அவன்மீது அளவு கடந்த அன்பு செலுத்துகிறார். ஒரு தகப்பன் எனும் நிலையில் அவர் மீது என்ன குற்றம் சொல்லமுடியும்?

மஜீதுக்குச் சொந்த வாப்பாவை விடவும் அதிகமான அன்பு செலுத்த முடிந்தது சுகறாவின் வாப்பாவின் மீதுதான். சுகறாவுக்கு அவளது வாப்பாமீது பயமெதுவுமிருக்கவில்லை. வாப்பாவைப் பற்றிப் பேசும்போது அவளது கண்களில் கண்ணீர் தளும்பிவிடும்... மஜீதின் வாப்பா இறந்துபோனால் மஜீது அழுவானா? உம்மா இறந்தால்

நிச்சயமாக மஜீது அழுவான். உம்மாவின் மீது பயமில்லை. வாப்பாவின் மீதுதான் பயம். பயத்துடன் கூடிய அன்பும் உண்டு, வாப்பாவிடம்.

எப்படியாக இருந்தாலும் மஜீதுக்கு அங்கே இருக்கப் பிடிக்கவில்லை. பெரும்பாலான நேரங்களிலும் வீட்டுக்கு வெளியில், அல்லது தனது அறைக்குள்ளிருப்பான். அப்படியாக இருக்கும்போதுதான் மிக முக்கியமான அந்தச் சம்பவம் நிகழ்ந்தது.

அன்று மஜீது, பட்டணத்துப் பாடசாலையில் இறுதி யாண்டுக்கு முந்திய வகுப்பில் படித்துக்கொண்டிருந்தான்.

அறுவடையும் கதிரடிப்பும் தொடங்கியிருந்தன. நல்ல அக்னி வெயில். நோன்பு காலமும் கூட! தண்ணீர் குடிக்காமல், உமிழ்நீரைக்கூட விழுங்காமல் பகல் முழுவதும் பட்டினியுட னிருந்ததால் ஒன்றுமில்லாத காரியங்களுக்கும்கூட வாப்பா வெறிபிடித்ததுபோல் சண்டை போட்டார்.

ஒருநாள் காலையில் வயலுக்குப் போகும்போது வாப்பா மஜீதிடம் சொன்னார்: “அறுத்தடிச்சி காயப் போட்டுருக்குறெ நெல்லெ வள்ளத்துலெ கொண்டு வரவேண்டியதிருக்கு. கூட ஆளு இல்லேன்னா வள்ளக்காரனுங்க நெல்லை வழியிலேயே அள்ளி வித்துருவானுக.”

“நீ நோன்பு இல்லைதானே?

வாப்பா நினைவுபடுத்தினார்.

“நீ பாடசாலையிலேயிருந்து வந்த உடனே வயலுக்கு வந்துடு. வருவியா? இல்லியா.”

மஜீது சொன்னான்: “வந்துர்றேன்.”

ஆனால், போகவில்லை. பாடசாலையிலிருந்து வந்ததும் வழக்கம்போல் விளையாடப் போய்விட்டான். அந்தி நேரம், நோன்பு திறக்க வாப்பா வரவில்லை. அப்போதுதான் மஜீதுக்கு நினைவு வந்தது ... நேரம் இருட்டிய பிறகுதான் வாப்பா வந்தார். மஜீதைக் கண்டதுமே அவர் அலறினார். பயங்கரமான கோபத் துடன் மஜீதின் கன்னத்தில் ஓங்கி படாரென்று ஒரு அடி வைத்தார். மஜீது கிறங்கிப் போனான். தலைக்குள் மின்னுட்டாம் பூச்சிகள் பறந்தன.

வாப்பா, திரும்பத் திரும்ப அடித்தார்.

“ஒண்ணுலெ நீ திருந்தணும், இல்லேன்னா சாகணும், மனசுலாச்சுதா? இல்லியா.”

அடியும் கூப்பாடும் கேட்டு உம்மா ஓடி வந்து மஜீதைக் கட்டிப் பிடித்துக்கொண்டாள்.

"போதும் நிறுத்துங்க. தெரிஞ்ச மட்டுக்கும் அடிச்சாச் சில்லையா?"

"போடி அந்தப் பக்கம்." உம்மா போகவில்லை என்றதும் உம்மாவை அடித்தார். அழுதுகொண்டே ஓடிவந்த சகோதரி களையும் அடித்தார். கதவுகளை ஓங்கி அடித்து உடைத்தார். பாத்திரங்களை எறிந்துடைத்தார் . . .

மஜீது ஸ்தம்பித்துப் போய் நின்றிருந்தான்.

"போடா . . . நீ, போ . . . ஊரு உலகத்தெ ஒண்ணு சுத்திக் கெறங்கிப் படிச்சுட்டு வா. மனசுலாச்சுதா? இல்லியா." வாப்பா அலறியபடியே மஜீதின் பிடரியைப் பிடித்து முற்றத்தில் தள்ளி னார். மஜீது குப்புறக் கவிழ்ந்து விழுந்தான். உதட்டில் காயம்பட்டு இரத்தம் வடிந்தது. மஜீது எழுந்ததும் மீண்டும் விரட்டினார்.

"போயிடு!"

அந்தச் சத்தம் உலகத்தின் எல்லைவரை அவனை விரட்டிச் செல்லும் அளவுக்கு வீரியமுள்ளதாக இருந்தது.

மஜீது அங்கிருந்து சென்றான். இருட்டில் படிக்கட்டில் போய் அமர்ந்துகொண்டான் . . . அழுகை வரவில்லை. கண்ணீர்த் துளிகூட இல்லை. எதிர்ப்பின் தீவிரமான கொடும் புயல் மனதிற்குள் . . . நான்கு நல்ல வார்த்தை சொல்லுவதற்கோ அமைதிப்படுத்தவோ யாருமே வரவில்லை.

வீட்டில் பயங்கரமான அமைதி. சர ராந்தல் மிகுந்த வெளிச்சத்துடன் எரிந்துகொண்டிருந்தது. என்றாலும், மரித்த வீடு போல் . . . அசைவின்றி.

விசாலமான உலகத்தில் தான் மட்டும் தனித்து! வீட்டையும் நாட்டையும் விட்டுப் போய்விடுவதென்று மஜீது முடிவு செய்தான். ஆனால், எங்கே போவது? கையில் பணமில்லை. வெறும் உடம்பு. இருந்தாலும் வாழமுடியும், அவன் இளைஞன் போயே ஆகணும்.

மஜீது போய்விட்டான்.

போவதற்குமுன் சுகறாவைத் தேடிச் சென்றான். வழக்கமாக அமர்ந்திருக்கும், மாமரத்தின் கீழ் அவன், இருட்டின் ஏகாந்தத் தில் நின்றிருந்தான்.

தொலைவில் சுகறாவின் இனிமையான குரல் கேட்டது. மண்ணெண்ணெய் விளக்கின் எதிரிலமர்ந்து அவள் குர்ஆன்

ஓதிக்கொண்டிருந்தாள். இடையிடையே தலையை உயர்த்தி மாமரம் நிற்குமிடத்தையும் பார்த்துக்கொண்டிருந்தாள். எதையோ கேட்க முனைவதுபோல் கண்கள் அவ்வப்போது நிலைகுத்தி நின்றன. அவளது தங்க நிறக் கன்னங்கள் பிரகாசித்தன. தொட்டால் இரத்தம் துளிர்ப்பதுபோலிருந்த உதடுகள் மலர்ந்தன.

கொஞ்ச நேரம் அப்படியே இருந்துவிட்டு சுகறா மீண்டும் ஓதத் தொடங்கினாள்.

“சொகறா.” மஜீது கூப்பிட்டான். உதடுகள் மட்டும் அசைய மனதிற்குள். உரக்க அழைக்கவேண்டும்போல் தோன்றியது. கடைசி யாத்திரை. சொல்லிக்கொள்ள வேண்டாம்.

மஜீது நடந்தான். ஒரு பைத்தியக்காரனைப் போல். கிராமத்தைத் தாண்டி, பட்டணத்தைத் தாண்டி, காடும், மலைகளும் நகரங்களும் கடந்து மஜீது போய்விட்டான்.

ஒன்பதோ பத்தோ வருடகாலம் சஞ்சாரம் செய்தான். நீண்ட வருடங்கள்.

அதனிடையே வீட்டில் என்னென்ன மாற்றங்கள் நிகழ்ந்திருக்கின்றனவோ. சுகறாவின் வாழ்க்கையில் நடந்த மாற்றங்கள் எவை? எதுவுமே மஜீதுக்குத் தெரியாது. கடிதம் எதுவும் எழுதவுமில்லை. எதையும் தெரிந்துகொள்ளவேண்டாம் என்பதற்காக அல்ல, எழுதவில்லை. அவ்வளவுதான்! வீட்டிலிருந்து யாராவது தேடி வந்துவிட்டால் என்ன செய்வது?

மஜீது அலைந்து திரிந்தான். எல்லாவிதமாகவும்! நடந்து, வாகனங்களில், பிச்சைக்காரர்களுடன், நாடோடியாக, ஓட்டல் பணியாளாக, அலுவலக குமாஸ்தாவாக, அரசியல்வாதிகளுடன், தனவந்தரின் விருந்தினனாக, இப்படி எல்லாவிதமாகவும் வாழ்ந்தான். பல்வேறு மதப் பிரிவினர்களுடன் அவனுக்குப் பரிச்சயமுமேற்பட்டது.

மஜீதுக்குப் பணம் சம்பாதிக்க வேண்டும் என்ற ஆசையில்லை. அந்த வசதிகளை அவன் பயன்படுத்தியதுமில்லை. பார்க்க வேண்டும். அறிந்துகொள்ள வேண்டும். இதுதான் லட்சியம்.

மஜீது பார்த்த சிறு கிராமங்கள், பெருநகரங்கள், சிற்றருவிகள், பெரும் நதிகள், மகா சமுத்திரங்கள், சிறு குன்றுகள், மாபெரும் மலையடுக்குகள், புழுதி நிறைந்த விளைநிலங்கள், வெள்ளை மணல் நிரம்பிய பெரும் மணல் காடுகள்... இப்படி

ஆயிரமாயிரம் மைல்தூரம் சென்றான். எதைப் பார்ப்பதற்கு?.. எதைக் கேட்பதற்கு?

மனிதர்கள் எல்லா இடங்களிலுமே ஒரேபோல்தான். மொழியிலும் உடையிலும் மட்டும்தான் வேறுபாடு. எல்லாருமே, ஆண் பெண்... பிறந்து, வளர்ந்து, இணைசேர்ந்து உற்பத்தியைப் பெருக்கி... பின்பு, மரணம். அவ்வளவுதான்! ஜனன – மரணங் களினிடையே உள்ள பெருந்துன்பம் எல்லா இடங்களிலும் ஒன்றுபோல்தான். மரணத்துடன் அனைத்துமே முடிந்து போய் விடுகிறதோ? அப்படியான சிந்தனையுடன் மஜீது ஊருக்குத் திரும்பி வந்தான். எதற்காக? சுகறாவைத் திருமணம் செய்து அமைதியாக எங்காவது வாழ்க்கையை வாழ்ந்து முடிப்பதற்கு. ஆனால், ஊரில் எதிர்பாராத, திகைக்க வைக்கும் மாற்றங்கள் மஜீதை எதிர்கொண்டன.

மர வியாபாரத்தில் அடிக்கடி ஏற்பட்ட நஷ்டங்களினாலோ, ஊரில் ஒரு பாலம் கட்டுவதற்காக அரசாங்கத்திற்கு விண்ணப் பிக்கும் ஒரு மனு என்ற பெயரில் யாரோ ஒருவரது பத்திரத்தில் கையொப்பமிட்டுக் கொடுத்ததாலோ என்னவோ, வாப்பாவின் சொத்துக்கள் அத்தனையும் கடனில் மூழ்கிப்போயிருந்தன... இருப்பிடமும்கூடப் பணயம்[1] வைக்கப்பட்டிருந்தது. தாயும் தகப்பனும் அதிக வயோதிகமடைந்திருந்தார்கள். இரண்டு சகோதரிகளும் வளர்ந்து, திருமண வயதைக் கடந்திருந்தார்கள். எல்லாவற்றிற்கும் மேலாக, சுகறாவுக்குத் திருமணமாகி விட்டிருந்தது.

மஜீது ஊருக்கு வருவதற்கும் ஒரு வருடத்திற்கு முன்பு, எங்கோ பட்டணத்தில் உள்ள ஒரு கசாப்புக்காரன் அவளைத் திருமணம் செய்திருந்தான்.

சுகறா மஜீதுக்காகக் காத்திருக்கவில்லை. சுயவிருப்பங் களுக்கேற்ப தீர்மானம் செய்வதுதான் வாழ்க்கை. மஜீது முடிவு செய்தான்.

ஊரிலுள்ளவர்கள் மஜீதைப் பார்க்க வந்தார்கள். நான்கைந்து பேர்களாகச் சுமந்துகொண்டு வந்த பெட்டிகளையும் படுக்கை யையும் பார்த்த ஊர் மக்கள் மஜீதிடம் நிறைய பணமிருக்க வேண்டும் என்று நினைத்தார்கள். மொத்தம், இருந்தவையோ, ஏராளமான புத்தகங்களும் பத்து ரூபாவும்தான்.

---

1. அடமானம்

மஜீதுக்கு அப்போது தடபுடலான வரவேற்பு கிடைத்தது. ஒவ்வொரு வீட்டிற்கும் தினமும் இரண்டு மூன்று தடவை விருந்துக்குப் போக வேண்டும். வயிறு நிறைய சாப்பிட்டிருந்தாலும் வற்புறுத்தி ஊட்டுவார்கள்.

ஆனால், ஒரு மாதத்திற்குள் அனைவரும் உண்மையைத் தெரிந்துகொண்டார்கள். தரித்திரத்தில் மூழ்கிவிட்ட ஒரு குடும்பத்தின் மற்றுமொரு தரித்திர உறுப்பினன்தான் மஜீதும்.

வெறும் பாப்பர்!

“இவன் இப்போ எதுக்கு வந்தான்,”

இதுதான் ஊரிலுள்ளவர்களின் தற்போதைய கேள்வி.

“இவ்வளவு வருசங் கழிஞ்சு வந்திருக்குறான் வெறுங்கையை வீசிக்கிட்டு.”

ஏளனப் பார்வைகளும் பரிகாசப் பேச்சுகளும் மஜீதுக்குக் கிடைக்கத் தொடங்கியிருந்தன. அதனால், வெளியே இறங்காமலிருந்தான். வீட்டின் பழைய அறைக்குள் எப்போதுமே இருந்தான். அந்த அறை சரித்திரப் புகழ் பெற்றதல்லவா? படிக்கிற காலத்தில் உபயோகப்படுத்தியது. மஜீதின் சுன்னத்துக் கல்யாணமும் அந்த அறையில் வைத்துதான் நடந்தது. காலில் விஷக் கல் குத்திப் படுத்திருந்ததும் அதே அறையில்தான்.

அறையில் பழைய சாய்வு நாற்காலியைப் போட்டு வெளியே பார்த்தபடியே படுத்திருப்பான் மஜீது.

வீட்டில் சரியாகச் சாப்பிடுவதற்கும்கூட எதுவுமில்லை. மஜீதின் சகோதரிகள் ஊறப்போட்ட தேங்காய் மடல்களைச் சிதைத்துத் திரிக்கும் கயிற்றை, மிகுந்த கௌரவம் பார்த்த வாப்பா, கடைத்தெருவுக்குக் கொண்டுபோய் விற்று ஏதாவது வாங்கிக்கொண்டு வருவார். மஜீதின் மனம் அழுதது. அன்பான வாப்பா ... வாப்பா கொண்டு வருவதில் அதிகமான பங்கையும் உம்மா மஜீதுக்கே கொடுத்துவிடுவாள். பிறகு பரிவோடு சொல்வாள்:

“எம் பிள்ளெ மெலிஞ்சி போயிட்டான். உன்னெ எப்பிடியெல்லாம் வளத்துனோம் தெரியுமா? உனக்கு நெறம் கொறவா இருக்குன்னு சொல்லி, பாலுலெ தங்கத்தெயும் வசம்பையும் அரைச்சிக் கலக்கி உனக்கு எவ்வளவு தந்துருக்கேன், மவனே.”

உற்சாகம் வற்றிப்போன மஜீது அப்படியே இருப்பான். என்ன செய்வது? கையில் பணமில்லை. கிடைப்பதற்கான வழிகளும் எதுவுமில்லை. உதவிக்கும் யாருமில்லை.

மஜீது நாளுக்குநாள் சோர்வடைந்துகொண்டிருந்தான். மனதைச் சமநிலைப்படுத்துவதற்கான பணிகளும் எதுவுமில்லை. ஆகவே, மீண்டுமொரு தோட்டம் அமைக்கத் தொடங்கினான். இந்த முறை தனியாக.

முற்றத்தின் எதிரில் சதுரமாக, வெள்ளை மணல்தூவி, நான்கு புறமும் செடிகள் நட்டுவைத்தான். சுகறாவின் கைகளால் வைத்த செம்பருத்தி மரம்தான் தோட்டத்தின் ஒருபுற எல்லை. அது இப்போது மரமாக வளர்ந்திருந்தது. மஜீது வரும்போது அது பூத்திருந்தது. பச்சிலைப் படர்ப்பின் மீது இரத்தச் சிதறல்போல், ஒருபோதும் நிறம் மாறாத கடுஞ்சிவப்புப் பூக்கள்.

அதன் கீழ் சாய்வு நாற்காலியைப் போட்டுப் படுத்துக் கொண்டு புத்தக வாசிப்பு நடந்தது. ஆனால், வாசிக்க முடிய வில்லை. புத்தகத்தைத் திறந்து மடியில் வைத்துவிட்டு அப்படியே கிடப்பான்.

"உனக்கு என்ன மவனே, யோசனை:"

உம்மா கேட்பாள்.

மஜீது மெதுவாகச் சொல்வான்:

"ஒண்ணுமில்லே."

உம்மாவும் யோசனையில் மூழ்கிவிடுவாள். பிறகு சொல்வாள்:

"எல்லாம் படெச்சவனுக்கெ விதிபோலெ."

மஜீதைத் திருப்திப்படுத்துவதற்காக அவனது பிரியமான செடிகளுக்குத் தண்ணீர் ஊற்றும் விஷயத்தில் சகோதரிகள் இருவரும் போட்டி போடுவார்கள். பிறகு இரண்டு பேரும் சேர்ந்து மஜீதிடம் வந்து சொல்வார்கள்:

"காக்கா இன்னைக்கு எல்லாச் செடிக்கும் வெள்ளம் ஊத்துனது நானாக்கும்."

மஜீது சொல்வான்:

"செடியிலெ உள்ள பூவையெல்லாம் ரெண்டுபேரும் சமமா எடுத்துக்கிடுங்கோ."

"அவனோட உம்மாவுக்கெ ஒரு செடி."

வாப்பா சொல்வார்:

“எஞ் சொத்து சொகத்தையெல்லாம் எழந்து, அவனெ நான் படிக்க வெச்சேன். ஆனா, அவன் தேசாந்திரியா சுத்திட்டு இவ்வளவு வருசங் கழிச்சி வந்துருக்கான், வெறுங்கையோட! அவனோட செடி, ஒரு சம்பாத்தியம். இந்த வயசான காலத்துலெ எனக்கு சொகங்காண அவன் போட்ட தோட்டம். எல்லாத்தை யும் நான் வெட்டியெறிஞ்சிர்றேன். நாஞ்சொல்றது கேட்டுதாடீ, இல்லியா.”

உம்மா சொல்வாள்:

“இருந்தாலும் முத்தமெல்லாம் துப்புரவாயிட்டுதே?”

வாப்பா வெற்றிலைச் சருகில் சுண்ணாம்புத் தூளை உதிர்த்தவாறே கேட்பார்:

“நான் சொன்னது கேட்டுதாடீ? இல்லியா.”

“என்னது?”

“யாருட்டேருந்தாவது கொஞ்சம் போயிலெக்காம்பு வாங்கு.”

உம்மா ஒரு பழந்துணியைத் தலையிலிட்டு அழுக்கடைந்து, கிழிந்த குப்பாயத்துடன் அக்கம்பக்கத்து வீடுகளில் புகையிலைக் காம்பு தேடிப்போவாள்.

வாப்பா, உம்மா, சகோதரிகள், சுகறா.

நினைவுகள் மனதின் ஆகாயப் பரப்புகளினூடே மேகக் கூட்டங்கள்போல் பாய்ந்து சென்றுகொண்டிருந்தன. வறுமை ஒரு கொடிய வியாதி. அது, உடம்பையும், மனதையும், ஆத்மாவை யும் நலிந்து போகச் செய்துவிடுகிறது. இப்படியாக, மனித உணர்வுகள் மழுங்கிப் போனவர்கள் லட்சோப லட்சம் ஆண் பெண்கள்.

இவ்விதமான சித்திரங்கள்தான் மஜீதின் மனதில் விரியும். விரும்பத்தகாத, மனங்குன்றிப் போகச் செய்யும் இந்தக் காட்சி களை எதற்கு நினைவுபடுத்த வேண்டும்? வாழ்க்கை ஒளி வீசும் அழகு கொண்டதுதான். ஆனால் அதன் முகத்தில் படிந்திருக்கும் சேறும் சகதியும்... மறந்துவிட முடியவில்லை. வாழ்க்கையின் விரும்பத்தகாதவைகள். வாழ்க்கையின் இய லாமைகள். அழகும் அமைதியும் மட்டுமே நிரம்பிய வாழ்க்கை என ஒன்று இருக்கிறதா?

வயிற்றுக்கில்லாதவர்கள், உடுக்கத்துணி இல்லாதவர்கள், தலைசாய்க்க ஒரு இடமில்லாதவர்கள், நோயாளிகள் அங்கஹீன

மானவர்கள் இப்படி, துயரம் படிந்தவர்கள் கூட்டங்கூட்டமாக... இரவு பகலாக... எல்லாவற்றையுமே மறந்துவிட்டால் நல்லது.

ஆனால், எப்படி மறந்துவிட முடியும்?

மூளை எப்போதுமே புகைந்துகொண்டிருந்தது. மனம் பதைத்துக்கொண்டிருந்தது.

சுகறாவைப் பற்றி நினைக்கும்போதெல்லாம் கண்ணீர் தளும்பிவிடும். அவளை ஒரு தடவை பார்க்க வேண்டும். ஆனால் மற்றொருவனின் மனைவி. தூரத்திலிருந்தாவது ஒரு முறை பார்த்துவிட வேண்டும். பரிதாபம் காட்டுவதற்கல்ல; குத்திப் பேசுவதற்கல்ல; வெறுமனே ஒரு முறை பார்க்கவேண்டும் அந்தக் குரலைக் கேட்க வேண்டும்.

அவள் மஜீதை மறந்துவிட்டாள். ஆனால், மஜீதால் அவளை மறக்க முடியுமா?

நிறைய மாம்பழங்களைத் தந்து அவர்களை ஆசீர்வதித்த அந்த மரத்தின் கீழ், இரவின் ஏகாந்தத்தில் மஜீது அமர்ந்திருப்பான். யாரையும் எதிர்பார்த்தல்ல. எதிர்பார்த்திருக்க யார் இருக்கிறார்கள்?

மஜீது நினைத்துக்கொண்டான்:

நான் வந்திருப்பதை அறிந்தால் அவள் ஒருபோதும், ஒருபோதும் வரமாட்டாள்.

அவள் எதற்காக வரவேண்டும்? யாரைப் பார்ப்பதற்கு வரவேண்டும்.

மஜீதின் பக்கத்தில் உம்மா வந்து எதுவும் பேசாமல் அமர்ந்திருப்பாள்.

உம்மா, வாப்பா, சகோதரிகள். இவர்களுக்கு சரியான முறையில் ஆகாரம் கொடுப்பதற்கு என்ன செய்வது? வாப்பா கோபப்படுவது தேவையற்ற ஒன்றுமில்லை. வாலிப வயது மகன். என்ன செய்ய? என்ன வாழ்க்கை இது?

சுகறா.

கண்ணே, சுகறா நீ வருவாயா?

ஒன்பது

சுகறா வந்தாள்.

மஜீது வந்திருப்பதையறிந்து அன்பு மேலிட அவள் மூச்சுவாங்க ஓடிவந்தாள். ஆனால், மஜீது அவளைப் பார்க்க விரும்பவில்லை. அவன் மிகவும் பதற்றத்துடனிருந் தான். அசையவே முடியவில்லை. தளர்ந்துபோய் அமர்ந் திருந்தான்.

“எங்கே” என்று சுகறா கேட்பதும் “தோட்டத்துலெ” என்று உம்மா பதில் சொல்வதும் மஜீதின் காதுகளில் விழுந்தன. இதயம் வேகமாக அடித்துக்கொண்டிருந்தது. மஜீது அந்தப் பழைய செயரில் அசையாமல் படுத்திருந்தான்.

தோட்டம் அந்தி வெயிலில் அமிழ்ந்து கிடந்தது. வண்டுகள் மலர்களைச் சுற்றிப் பறந்துகொண்டிருந்தன. வாசனையைச் சுமந்து செல்லும் இளங்காற்று இலைகளை அசைத்துக்கொண்டிருந்தது. மஜீது மஞ்சள் வெயிலில் மூழ்கிய சிலைபோல் சாய்வு நாற்காலியில் சாய்ந்து கிடந்தான்.

சுகறாவின் காலடிச் சத்தம் நெருங்கி வந்தது.

“ஓ . . . புதிய தோட்டம்.”

சுகறாவின் சோகமான குரல் பின்புறம் கேட்டது. மஜீதின் இதயத்தில் வேதனை. வெறும் வேதனையல்ல, காய்ந்த மூங்கில் முட்கள் புகுந்து ஒடிந்திருப்பதுபோல். இதயம் வேதனையுடன் பதைத்துக்கொண்டிருந்தது.

அழுதுவிடப் போவதுபோல் உடைந்த குரலில் சுகறா மெதுவாகக் கேட்டாள்:

"என்னை யாருணு தெரியுமா?"

பிரபஞ்ச நிசப்தம். எதுவுமே பேச முடியவில்லை நினைவுகள் . . .

மஜீதின் கண்கள் நிரம்பின.

அவள் திரும்பவும் கேட்டாள்:

"எம் மேலெ உள்ள கோபமா இருக்கும்?"

மஜீது மெதுவாகத் திரும்பிப் பார்த்தான். இதயமே வெடித்துச் சிதறியது.

சுகறா ஆளே மாறிப் போயிருந்தாள் . . .

கன்னங்கள் ஒட்டி, கைவிரல்களின் எலும்புகள் துருத்தி, நகங்கள் தேய்ந்து, வெளிறிப்போய், காதுகளில் கிடந்த கறுப்பு நூலைத் தலைமுடியால் மறைத்து . . . அப்படி . . .

பரஸ்பரம் அவர்கள் பார்த்துக்கொண்டார்கள். நீண்ட நேரமாக யாருக்கும் எதுவும் பேச முடியவில்லை.

மெல்ல, மெல்ல சூரியன் மறைந்தது. காட்சியின் வேறுபாடு களுக்குத் திரைபோட்டு, எங்கும் இருள் வியாபித்தது. எதையும் அவர்கள் அறியவில்லை. கிராமத்தை அள்ளிப் புணர்ந்து செல்லும் நதியின் இரு கரங்களையும் ஒளியில் மூழ்கடித்து விட்ட முழுநிலவு குன்றின் உச்சியில் நின்று எட்டிப் பார்த்தது.

கிராமத்தின் மௌனத்தைக் கலைத்த ஒரு காதல்பாட்டு எங்கோ தொலைவிலிருந்து கேட்டது. ஏதோ ஒரு காதலன் தனது காதலியை நினைத்து இனிய சோகத்துடன் பாடுகிறான்.

கமல மலர்ப்பூங்காவில்
கண் விழித்திருப்பவளே
பஞ்சவர்ணப் பைங்கிளியே
பாங்குடன் பார்த்திருப்பவளே
அல்லிமுகம் கண்டால் தீருமோ
ஆசை தீரும் காலம் ஆச்சோ
காமன் கணை வந்ததோ
காலமோசம் வந்து சேர்ந்ததோ
கமல மலர்ப்பூங்காவில்
கண்விழித்திருப்பவளே . . .

மீண்டும் மீண்டும் அந்த, ஆளறியா பாடகன் உருப்போட்டுக் கொண்டிருந்தான்.

கடைசியில், மஜீது மந்திர உச்சாடனம்போல் சொன்னான்:

"சொகறா."

கடந்த காலத்தின் இதயத்தினுள்ளிருந்து ஒலிப்பதுபோல் அவளிடமிருந்து பதில் வந்தது.

"ஓ . . !"

மஜீது கேட்டான்:

"உடம்புக்கு என்னெ ?"

அவள் சொன்னாள்:

"ஒண்ணுமில்லே . . ."

"அப்போ ஏன் இவ்வளவு மோசமாயிருக்குறே ?"

சுகறா இதற்குப் பதில் சொல்லவில்லை. நீண்ட பெருமூச்சுடன் அவள் சொன்னாள்:

"நான் முந்தா நாளுதான் அறிஞ்சேன் . . . வந்த விஷயத்தெ."

குற்றம் சொல்வது போல் மஜீது கேட்டான்:

"நான் திரும்பி வரவே மாட்டேன்னு நெனைச்சுட்டே, இல்லையா ?"

"எல்லாரும் அப்பிடித்தான் நெனைச்சாங்க. ஆனா, நான் . . ."

" ? . . ."

"எனக்கு நம்பிக்கை உண்டு. திரும்பி வருவீங்கன்னு."

"அப்புறம், பெறகு ?"

"அவுங்க எல்லாத்தையும் நிச்சயம் செய்துட்டாங்க. எங்கிட்டெ ஆரும் எதுவும் கேக்கலெ. உம்மா வெந்து நீறிட்டிருந்தா. என் வயசுலெ உள்ளதுங்க எல்லாம் கெட்டிக் குடுத்து மூணு நாலு குழந்தைங்களெப் பெத்தாச்சு. பொன்னும் சீதனமும் குடுக்காமெ என்னெ ஆரும் . . ."

"பொன்னும் சீதனமும் வாங்காம சொகறாவெ கெட்டுறதுக்கு ஆருமே தயாரா இல்லே. நீயும் அப்பிடியே நம்பிட்டே, இல்லையா ?"

"எனக்கு நம்பிக்கை இல்லாம இல்லெ. நா ஒரு நிமிசங்கூட மறக்கல்லெ. ஒவ்வொரு நாளும் இரவுபகலா நான் அழுதுருக்கேன். எந்த ஒரு ஆபத்தும் உடம்புக்கு எதுவும் வராம இருக்கணுமேனு நான் துவா[1] செய்வேன். எப்பவும் எப்பவும் துவா செய்வேன்."

---

1. வேண்டுதல்

“நான் சொகறாவ மறந்துட்டேன்னு நெனைச்சுட்டே, இல்லியா?”

“அப்பிடி நான் நெனைக்கவே இல்லெ. ஏன் லெட்டரு கூட போடல்லே?”

“சும்மா போடல்லெ. அவ்வளவுதான். பல தடவை எழுதுன துண்டு. ஆனா, போடல்லே.”

“நான் தெனசரி எதிர்பாத்துக் காத்திருந்தேன். இன்னைக்கு வரும், நாளைக்கு வரும்னு தெனசரி நெனைப்பேன்.”

“அப்புறம் எப்படி இந்தக் கல்யாணம் நடந்தது?”

“நான் சொன்னேனில்லையா, எங்கிட்டெ ஆருமே கேக்கல் லென்னு. மட்டுமில்லே, நான் ஒருபாரமா எவ்வளவு நாளுதான் இருக்க முடியும்? நான் ஒரு பெண்ணாப் பெறந்தவ இல்லையா?”

“? . . .”

“கடைசியில் வீட்டெயும் தோட்டத்தெயும் பணயம் வெச்சு, பொன்னும், சாதனமும் வாங்கிக் கல்யாணம் கழிஞ்சுது.”

“பெறகு, ஏன் இவ்வளவு மோசமா இருக்கே?”

சுகறா எதுவும் பேசவில்லை.

“சொல்லு, சொகறா, ஏன் இப்பிடி ஆயிட்டே?”

“மனவெசனந்தான்.”

“ஏன் மனவெசனம்?”

“? . . ?”

“சொகறா.”

“ஓ . . .”

“சொல்லு.”

சுகறா வாய்விட்டழுதாள். பிறகு மெல்ல தன்னைத் தேற்றிக் கொண்டு அவளது கணவனைப் பற்றிச் சொன்னாள்:

“பெரிய கோபக்காரரு. அவருக்கு வேற ஒரு பெஞ்சாதியும் அதுலெ ரெண்டு குழந்தைங்களும் உண்டு. நான் எங்கெ வீட்டுக்கு வந்து சண்டை போட்டு, கணக்குப் பாத்து என் பங்கெ பிரிச்சு வாங்கணும்னு தெனசரி சொல்லுவாரு. எனக்குத் தங்கச்சிங்க இல்லையா? நான் என்ன செய்ய முடியும்? மாட்டேன்னு சொல்லும்போதெல்லாம் என்னெ அடிப்பாரு.

ஒரு நாளு என் அடிவயித்துலெ மிதிச்சதிலே நான், குப்புற விழுந்துட்டேன். அன்னைக்கு ஒடைஞ்சதுதான் இந்தப் பல்லு, இன்னா."

அவள் வாயைத் திறந்து காட்டினாள். வெள்ளை வரிசைகளினிடையே ஒரு கறுப்பு இடைவெளி.

"சொகறா."

"ஓ..!"

"பெறகு?"

"நான் அங்கெ போன பெறகு இதுவரெ பசிதீர எதுவும் சாப்பிட்டதில்லை. ஒரு நிமிசங்கூட மன சந்தோசமா இருந்ததில்லெ. நான் அங்கெ ஒரு பெஞ்சாதி இல்லெ. வேலக்காரி! கூலிக்குக் கதம்பை[1] அடிச்சுக் குடுத்து பணம் சம்பாதிக்கணும். கொறஞ்சு போனா அடி கெடைக்கும். சாப்பிட ஒண்ணுமே தரமாட்டாங்க. நான் வீட்டுக்கு வெலக்கா இருந்தப்போ..."

"? . . . ?"

"தொடர்ந்து நாலு நாளு . . . ?"

"? . . . ?"

"பட்டினியாட்டு கெடந்ததுண்டு."

சுகறா ஒவ்வொன்றாகச் சொல்லத் தொடங்கினாள். அவளுக்குச் சொல்வதற்கு நிறைய இருந்தன. நிறைய ரகசியங்களிருந்தன, அவளது மனதில். பல தடவை செத்துவிடலாமென்று தோன்றியிருக்கிறது. மனதுக்குள் ஒரே ஒரு ஆசை மட்டும்தான்.

"ஒரே ஒரு தடவை கண்ணாலெப் பாத்துட்டு மரிச்சிடணும்"

"மரிக்கிறதைப் பத்தி நெனச்சி மனசைப் புண்ணாக்கிக்க வேண்டாம். இனியும் தொடர்ந்து ரொம்ப காலம் வாழ வேண்டியதிருக்கு, பிரகாசமான எதிர்காலம் இருக்குறதா நம்பணும்" என்று மஜீது சொன்னதும் சுகறா பெருமூச்சு விட்டாள்.

செயரின் முன்புறம் மஜீதின் காலருகில் அவள் உட்கார்ந்திருந்தாள். அவர்கள் இரண்டு பேரும் நீண்டநேரமாக எதுவும் பேசாமல், நிலவொளியில் மூழ்கிவிட்ட உலகத்தைப் பார்த்துக் கொண்டிருந்தார்கள்.

---

1. தேங்காய் மடல்

கடைசியில், மஜீது சொன்னான்:

“சொகறா, போயி சாப்பிட்டுட்டு, நிம்மதியாப் படுத்துத் தூங்கு. நாளைக்குப் பாப்போம்.”

“எனக்குக் கொஞ்சமும் முடியலெ” சுகறா எழுந்தாள்.

“அவ்வளவுக்கு ஓடம்பு மோசமாயிருக்குதா?”

மஜீதும் எழுந்தான்.

‘‘மனக்கஷ்டந்தான்.”

“மனசைப் போட்டு அலட்டிக்காதெ, போயி சொகமாக் கெடந்து தூங்கு,”

“நாளை எங்கேயாவது போறீங்களா?”

“இல்லை.”

“நான் காலைலே வருவேன்.” சுகறா நடந்தாள்.

“சரி.” மஜீது சொன்னான்.

நிலவொளியில் மூழ்கிய தென்னை மரங்களினூடே அவள் நடந்து போவதைப் பார்த்தபடியே மஜீது திரும்பவும் சாய்வு நாற்காலியில் அமர்ந்தான். நேரம் போவதே தெரியாமல்.

கையில் மண்ணெண்ணெய் விளக்குடன் உம்மா வந்தாள். மஜீது தன்னை மறந்து படுத்திருப்பதைக் கண்டதும் வாத்சல்யத்துடன் கேட்டாள்: “நீ ஏன் மவனே, இப்பிடி இருக்கே?”

“ஆங் ..? ஒண்ணுமில்லெ.”

“மவனே, அந்த சொகறா இருக்குதெ அலங்கோலத்தைப் பாத்தியா? கிளிபோல இருந்த பெண்ணு, எல்லாம் அந்தப் படெச்சவனுக்கெ வேலெ.”

“அவளை இந்த நெலைமைக்கு ஆளாக்குனது ஆரு?”

மஜீதுக்குக் கோபமும் வருத்தமும் ஏற்பட்டன.

“மவனே, ஏதாவது தின்னுட்டு வந்து படு. நீ எதெ நெனச்சும் வருத்தப்படாதெ. படெச்சவன் எல்லாத்தெயும் நேராக்கித் தருவான்.”

மஜீது அன்றிரவு தூங்கவில்லை. சுகறாவும் தூங்கவில்லை. அவர்களிடையே தோட்டமும் நீரோடையுமிருந்தன. இரண்டு சுவர்களுமிருந்தன. இருந்தும் அவர்கள் தூங்கவில்லை. மனதில் எதிர்காலத்தைப் பற்றிய சிந்தனைகள்தானிருந்தன.

எதிர்காலம் . . ?

பத்து

சுகறாவின் தோற்றமே திடீரென்று மாறிப்போ யிருந்தது. மனதிற்குள் ஒரு புதிய வெளிச்சம். முகத்தில் இரத்த ஓட்டமும் கண்களில் பிரகாசமும். சுருண்ட தலைமுடியை நேராக வகிடெடுத்துக் காதுகளை மறைந்து அழகாகக் கட்டி வைத்து நடந்தாள். அக்கம்பக்கத்து வீடுகளிலுள்ள பெண்களுக்கு ஆச்சரியம்.

"சொகறா வரும்போதிருந்ததெவிட நல்லாயிட்டா. இனி இப்போ அங்கெ போனா கட்டுனவனுக்கே அடையாளம் தெரியாது."

கட்டியவன்!

அவள் எப்போதுமே மஜீதின் வீட்டில்தானிருந்தாள். செடிகளுக்குத் தண்ணீர் ஊற்றும் விஷயத்தில் அவளும் கவனம் செலுத்தினாள். மஜீதின் சகோதரிகள் சொல் வார்கள்:

"இந்தச் செடிகளெ எல்லாம் நாங்களாக்கும் வெள்ளம் ஊத்தி வளத்துனோம்."

சுகறா செம்பருத்தியைப் பற்றிக் கேட்பாள்.

"இதை?"

"இது பண்டு முதலெ இங்கே நிக்கிது."

சுகறா மறுத்துப் பேசுவதில்லை. எல்லாமே பழங்காலம் முதல் இருந்து வருபவைதானே.

பண்டு!

ஒருநாள் சுகறாவிடம் மஜீது கேட்டான்:

"சொகறா இனி எப்போ போவே?"

"எங்க?"

“புருஷன் வீட்டுக்கு”

“ஓ . . !” அவளது முகம் சிறுத்தது.

“அவர் கல்யாணம் செஞ்சுகிட்டது என்னை இல்லியே?”

“பெறகு?”

அவள் சொன்னாள்:

“நாங் கொண்டுபோன தங்க உருப்படிகளையும் சொத்துலே எனக்குள்ள பங்கையும்தான். உருப்படிகளை எல்லாம் வித்துத் தின்னாச்சு. இனியுள்ளது பங்குதான். அது கெடைக்காதுங்கிற விஷயம் அவருக்கும் தெரியும்.”

கொஞ்ச நேரத்திற்குப் பிறகு மெதுவாகச் சொன்னாள்: “ஒருவேளை நாம சந்திக்கிற விஷயங்க ஊர்க்காரங்களுக்குப் பிடிக்கலேன்னா நான் போயிர்றேன்.”

“அப்பிடி ஒரு பொதுஜன அபிப்பிராயமும் இருக்குதா?”

“இருக்குறதாத்தான் தோணுது.”

அவள் ஒரு ரோஜாப்பூவை உருவி முகர்ந்து பார்த்துவிட்டுக் கொண்டை முடியில் சூடிக்கொண்டாள்.

மஜீது சொன்னான்:

அந்தச் செம்பருத்திப் பூவுதான் ஒனக்கு நல்ல இணக்கம்.”

இதைக் கேட்டதும் சுகறா சிரித்தாள். கூடவே, முகத்தில் வேதனைபாவமும் படர்ந்தது.

சிறிது நேரம் கழிந்ததும் சுகறா கேட்டாள்.

“இந்தச் செம்பருத்தி – ஞாபகம் இருக்கா?”

மஜீது சொன்னான்:

“கேள்விப்பட்டுருக்கேன்.”

“அப்பிடீன்னா, கொஞ்சம் பெரிய ஒண்ணைப் பற்றியும் கேள்விப்பட்டுருக்கணுமே,”

“ஆமாமா, ராஜகுமாரி சொல்லிக் கேள்விப்பட்டிருக்கிறேன்.”

கொஞ்சம் பெரிய ஒண்ணு!

அவர்கள் மிகுந்த நெருக்கமான பிறகும்கூட மஜீதின் வாழ்க்கையில் கடந்த சில வருடங்களைப் பற்றி அவள் எதுவுமே அறிந்திருக்கவில்லை. அந்த ரகசியங்களுக்குள் அவளுக்கு நுழைந்து பார்க்க வேண்டும். எல்லாவற்றையும் பற்றி அறிந்துகொள்ள வேண்டும். அறிமுகமான ஒவ்வொரு ஆண் பெண்களைப் பற்றியும். பெண்களின் விஷயங்கள் வரும்போது சுகறா

கேட்பாள். "அவளுக்கு வயசு எத்தனை இருக்கும்? என்ன நெறம்? அழகா இருப்பாளா? அவளெப் பற்றி அடிக்கடி நெனப்பீங்களா?"

மஜீது ஒவ்வொன்றுக்கும் பதில் சொல்வான். இருந்தாலும் அவளுக்குத் திருப்திவராது. மஜீது சொல்லாத சிலதும் இதில் இருக்கிறதோ?

"எங்கிட்டெ – எங்கிட்டெ . . . உண்மையைத்தான் சொல்லணும் என்ன?"

மஜீது சிரித்தபடியே சொல்வான்:

"சரியான பெண்ணுதான்"

"ஏம் பயலே?"

அவள் புருவக்கோடுகளை உயர்த்துவாள். அப்படியே கிள்ள வருவாள். பிறகு புன்னகை தூவுவாள். வெளுத்த, அழகான சிறு பல்வரிசைகளினூடே அந்தக் கறுத்த இடைவெளி. தேய்ந்துபோன கை நகங்கள். கிள்ள முற்படும் அந்தப் பழைய முகபாவம் – மஜீதின் இதயத்தைப் பொதிந்திருக்கும் மெல்லிய தோலில் அரம் போன்ற எதையோ வைத்து ராவுவதுபோல்.

"இந்த மஜீதுக்கும் . . . சொகறாவுக்கும் இடையிலே என்ன வாக்கும்?"

அக்கம்பக்கத்திலிருப்பவர்களுக்குத் தெரிந்துகொள்ள வேண்டும்.

"அந்தப் பெண்ணு ஏன் கட்டுனவனுக்கெ வீட்டுக்கு போகல்லெ? ஆனா, இதெல்லாம் படெச்சவன் பொறுக்குற வேலைதானா?"

மஜீதும் சுகறாவும் பேசுவது சன்மார்க்க விரோதம். ஆகாயம் இடிந்து விழுந்துவிடாதா?

"அவளைக் கெட்டுனவன் ஏதோ கொஞ்சம் அடிச்சிட்டா னாம். ஒரு தடவை அடிச்சதுலெ பல்லு போயிட்டுதாம். அதுக்கென்னவாம் இப்போ, கெட்டுனவன்தானே?"

"சொகறா . . ." மஜீது ஒருமுறை சொன்னான்:

"நம்மைப் பத்தி அக்கம்பக்கங்கள்லே என்னவெல்லாமோ பேசுறாங்க."

அவள் கேட்டாள்:

"அதுக்குன்னு?"

“ஒண்ணுமில்லெ... சொகறா கவனமா இருக்கணும். பெண்ணாக்கும். பேருக்கு எந்தக் களங்கமும் வந்துடப்புடாது.”

“ஓ..! களங்கம் வரட்டும். என் மனசாட்சிக்கு வேணும் னாலும் களங்கம் வரட்டும். வேற எங்கேயிருந்தும் இல்லியே?”

அவளது கண்கள் நிரம்பின. மஜீதுக்கு உடனே ஏதாவது சொல்ல வேண்டும் போல் இருந்தது. சுகறாவைப் பொறுத்தவரை இறுதி முடிவு. ஆனால், என்ன சொல்ல முடியும்? சுகறாவுக்குக் கொடுக்க என்னிடம் என்ன இருக்கிறது. வீடில்லை. சொத் தில்லை. இருந்தாலும், ஆரோக்கியமிருக்கிறது.

மஜீது சொன்னான்:

“சொகறா இனி புருஷன் வீட்டுக்குப் போக வேண்டாம்.”

“இல்லெ.”

மஜீது உம்மாவிடம் விஷயத்தைச் சொன்னான். எந்தப் பதிலுமே சொல்லாமல் உம்மா அப்படியே இருந்துவிட்டு, கடைசியில் சொன்னாள்: சுகறாவை மஜீது திருமணம் செய்ய நினைப்பது சரியாக இருக்கலாம். ஆனால், மஜீதின் இரண்டு சகோதரிகள் திருமண வயதில் இருக்கிறார்களே?

“நம்ம எல்லாத்தையும் எழந்துட்டோம். இருந்தாலும், மானம், மரியாதை பாக்காண்டாமா? எம் பிள்ளை எங்கயாவது போய் பொன்னும் நாலு ஆளையும் சம்பாதிக்கணும். சீதனம் குடுக்கதுக்கான சொத்தும்... இந்தப் பெண்ணுங்க ரெண் டெண்ணத்தெயும் எவன் கையிலயாவது பிடிச்சிக் குடுத்த பெறகு எம்மவன் சொகறாவைக் கெட்டிக்கோ.”

நான்கு ஆள் மட்டும் போதாது. பொன்னும் சீதனம் கொடுப்பதற்கான சொத்தும் சேர்த்து சம்பாதிக்க வேண்டும்.

மஜீது கேட்டான்:

“சீதனம் வாங்காம ஆரும் கலியாணம் செய்ய மாட்டாங் களா உம்மா?”

“ஆரு செய்வா மவனே? இல்லேன்னா ஏதாவது சொமட்டுக்காரனோ புதிய இஸ்லாமோ வருவான். நமக்கு இது போதுமா..? காதுலேயும் கழுத்துலேயும் இடுப்புலேயுமாவது உருப்படி போட்டுக் குடுக்கணும்.”

மஜீதின் சகோதரிகளின் நான்கு காதுகளிலுமாக மொத்தம் நாற்பத்தி இரண்டு ஓட்டைகள் இருக்கின்றன. அதையெல்லாம் எதற்காகத்தான் குத்தித் துளைத்தார்களோ? கழுத்திலும் இடுப்பிலும் தங்க உருப்படிகளைப் போடவில்லை என்றால்

என்ன வந்துவிடப்போகிறது? இந்தச் சீதன ஏற்பாடே இல்லாமல் இருந்திருந்தால்?

“உம்மா, இந்தக் காது குத்தும், அதுபோல உள்ளதும் இல்லாம இருந்தால்? நம்ம சமுதாயத்துல மட்டும் எதுக்கு இவ்வளவு தொந்தரவு புடிச்செ ஏற்பாடுகள் ..? அசிங்கம் புடிச்ச உடுப்பு களும் அசிங்கம் புடிச்ச உருப்படிகளும் ..!”

உம்மாவும் வாப்பாவும் எதுவுமே பேசவில்லை. மஜீது பேச்சைத் தொடரவுமில்லை. எதற்கு அவர்களைக் குற்றம் சொல்ல வேண்டும்? அவர்களது தலைமுறையின் வழமுறை களின்படி அவர்கள் நடந்துகொண்டார்கள். தேவையா தேவையில்லையா என்றெல்லாம் அவர்கள் சிந்திக்கவே இல்லை. பழைமையான ஆசார விதிகளில் அணுவளவாவது மாற்றத்தை ஏற்படுத்துவது – இது சிரமம்தான். இதற்கான சமூகச் சூழல்கள் எங்கே இருக்கின்றன?

மஜீதுக்கு இரவில் தூக்கம் இல்லையென்றாகிவிட்டது. எப்போதுமே யோசனைதான். சகோதரிகளை யாருக்காவது திருமணம் செய்து கொடுக்கவேண்டும் ... இளமையின் தீவிரக் கட்டத்தில் அவர்கள் இருக்கிறார்கள். ஆசைகளும் விருப்பங் களும் இருக்கும் ... உடுப்பதற்கு நல்ல உடைகள் இல்லை ... உண்பதற்கும் இல்லை. மனம் பலவீனமடையும் நிமிடங்களும் இருக்கிறதல்லவா ... அபத்தங்களில் எங்காவது அடியெடுத்து வைத்துவிட்டால்?

மஜீது நிம்மதியை இழந்துவிட்டிருந்தான். எதுவெல்லாமோ செய்ய வேண்டும் என்று தோன்றுகிறது. வீட்டுக் கடனைத் தீர்க்க வேண்டும். சகோதரிகளைத் திருமணம் செய்து கொடுக்க வேண்டும். தாய் தந்தையர்களுக்கு மகிழ்ச்சியூட்டும் விஷயங் களைச் செய்ய வேண்டும். அவர்கள் வயதானவர்கள். மரணம் எந்த நிமிடத்தில் நிகழும் என்பது தெரியாது. அவர்களது வாழ்க்கையை நிம்மதி தருவதாக மாற்ற வேண்டும்.

சுகறாவைத் திருமணம் செய்துகொள்ள வேண்டும். பிறகு, அவளது சகோதரிகள் இருக்கிறார்கள். உம்மா இருக்கிறார். அவர்களுக்கும் எதையேனும் செய்ய வேண்டும். ஆனால், என்ன செய்வது? எல்லாவற்றிற்கும் பணம் வேண்டும். எதை யாவது தொடங்கிவிட்டால் தொடர்ந்து செயல்பட முடியும். ஆனால், தொடக்கம் குறிப்பதுதான் சிரமம். கையில் காசில்லாமலும், உதவிக்கு ஆளில்லாமலும் இந்த உலகத்தில் யாரும் எதையும் செய்ததே கிடையாதா? எப்போதுமே சிந்தனைதான். என்ன செய்வது?

ஒருநாள், உம்மா ஒரு தகவல் சொன்னாள். தொலை தூரத்திலுள்ள பட்டணங்களில் தாராள மனமுள்ள பல முஸ்லிம் தனவான்கள் வாழ்கிறார்கள். அவர்கள் சமுதாய நன்மைகளுக்காகப் பல வகைகளில் உதவி செய்கிறார்கள். ஆதரவற்ற பெண்களுக்குத் திருமணம் செய்து வைப்பது, வேலையில்லாதவர்களுக்கு வேலை தருவது, இலவசக் கல்வியளிக்கப் பாடசாலைகள் நிர்மாணிப்பது, அகதிகளையும் அங்கஹீனர்களையும் பாதுகாக்க ஆதரவில்லங்கள் கட்டிக் கொடுப்பது இப்படிப் பல சேவைகளை அவர்கள் செய்து வருவதாக உம்மா சொன்னாள்.

“மவனே, நம்ம விஷயத்தெ அவங்க அறிஞ்சாலே போதும். மிச்சமுள்ளதெ எல்லாம் அவங்களே பாத்துக்கிடுவாங்க. எனக்கு நல்லெ நம்பிக்கை உண்டு. அந்த ஃபக்கீரு எல்லாஞ் சொல்லிட் டாரு.”

தேசாந்திரியான ஏதோ ஒரு முஸ்லிம் யாசகன் உம்மாவிடம் சொல்லியிருக்கிறான். வெளியிடங்களிலுள்ள முஸ்லிம் செல்வந்தர்களெல்லாம் மிகுந்த கருணை மனம் படைத்தவர்கள். உம்மாவுக்கு இதில் பரிபூரணமான நம்பிக்கையும் இருந்தது. வசதியிருந்தபோது உம்மா பலருக்கும் உதவிகள் செய்ததுண்டு. அளவுக்கதிகமாகவே வாப்பாவும் செய்திருக்கிறார். இல்லாத கஷ்டங்களைச் சொல்லி இரண்டு பேரையுமே பலர், பலமுறை ஏமாற்றியிருக்கிறார்கள். உம்மா இதைப் புரிந்துகொள்ளவே இல்லை. பொய் சொல்பவர்களும் உண்மை பேசுபவர்களும் இருக்கிறார்கள் அல்லவா? உதவி கேட்கும்போது மஜீதை அவர்கள் நம்பவில்லை என்றால்?

யாரையுமே அண்டியிருக்காமல் பணம் சம்பாதிப்பதற்கு என்ன வழி? மஜீது மூளையைக் குடைந்து யோசித்துப் பார்த் தான். என்ன தொழில் செய்யலாம்? படித்த கல்வியையும் கிடைத்த உலக அனுபவங்களையும் வைத்து.

மனச்சஞ்சலத்துடன் மஜீது யாத்திரை புறப்பட்டான். இருந்த மிச்ச சொச்சங்களை எல்லாம் விற்று வாப்பா காசாக்கிக் கொண்டுவந்து கொடுத்தார்.

“நான் போயிட்டு சீக்கிரமா வந்துடறேன்.” மஜீது, சுகறா விடம் எல்லா விவரங்களையும் சொன்னான்: “நான் எல்லா ரோட சொமையையும் சொகறாவுட்டெ ஒப்படைக்கிறேன்.”

“வர்றதுவரை நான் பாத்துக்கிடறேன்.”

சுகறா பொறுப்பை ஏற்றுக்கொண்டாள்.

மஜீது உறுதியான ஒரு நோக்கத்துடன் புறப்பட்டான்.

ஒரு சாயங்காலம் – கீழ் வானத்தை எல்லையாகக்கொண்ட பொன்னிற மேகங்கள் ஒளிவீசிக்கொண்டிருந்தன.

மஜீதின் பெட்டியையும் படுக்கையையும் சுமந்துகொண்டு ஒரு பையன் பஸ் ஸ்டாண்டிற்குச் சென்றான். மஜீது அனை வரிடமும் விடைபெற்றான்.

வாப்பா சொன்னார்:

"எனக்குக் கண் பார்வை சரியா தெரியல்லே. வெள் ளெழுத்துக் கண்ணாடி ஒண்ணு வாங்கிட்டு வருவியா? இல்லியா"

"வாங்கிட்டு வர்றேன்." என்றபடி மஜீது அறைக்குள் சென் றான். நீர் நிறைந்த விழிகளுடன் சுகறா ஜன்னலின் பக்கத்தில் எதிர்பார்த்து நின்றிருந்தாள்.

"ஒண்ணு சொல்லட்டுமா?" அவள் கேட்டாள்.

மஜீது புன்னகைத்தான்.

"சொல்லு ராஜகுமாரி, சொல்லு."

"வந்து . . ."

அவளால் அதை முழுமையாகச் சொல்ல முடியவில்லை. அப்போது ஹார்ன் அடிக்கும் சத்தம் தொடர்ந்து கேட்டது. உம்மா அறைவாசலில் வந்தாள்:

"மவனே, சீக்கிரம் போ. வண்டி போயிடும்."

மஜீது இறங்கினான். சுகறாவின் கண்கள் நிறைந்து வழிந்தன.

மஜீது விடை கேட்டான்:

"நான் போயிட்டு வரட்டுமா?"

அவள் தலைகுனிந்து அனுமதி கொடுத்தாள். நிச்சயமற்ற எதிர்காலத்தை நோக்கி மஜீது யாத்திரை புறப்பட்டான்.

படியிலிறங்கி நின்று திரும்பிப் பார்த்தபோது தெரிந்த சுகறாவின் காட்சியும் வீடும் மனதிலிருந்து ஒருபோதும் மாயாத சித்திரங்களாகப் பதிந்துபோயின.

தேவைகளும் கடமைகளும் மஜீதைத் திட மனதுடன் முன் நகர்த்தின.

பதினொன்று

சுகறாவைத் திருமணம் செய்ய வேண்டும்.

அதற்கு முன்பு, சகோதரிகளுக்குக் கணவர்களை ஏற்பாடு செய்ய வேண்டும். சீதனம் கொடுக்கவும் ஆபரணங்கள் வாங்கவும் பணம் சம்பாதிக்க வேண்டும். இதற்கெல்லாம் முதலில் ஒரு வேலை வேண்டும். ஆனால், ஏமாற்றம்தான் மஜீதை எதிர்கொண்டது. எங்குமே வேலை இல்லை. இருந்தால்கூட சிபாரிசுக்கு ஆள் வேண்டும். லஞ்சம் கொடுக்க வேண்டும். படித்ததற்கான சான்று இருக்க வேண்டும். இது ஒன்றுமே இல்லாமல் வேலை கிடைப்பது எளிதல்ல. இருந்தாலும் தொடர்ந்து தேடினான். பல நகரங்களிலும் சுற்றித் திரிந்தான்.

கடைசியில், சொந்த நாட்டிலிருந்து ஆயிரத்து ஐநூறு மைல் தூரத்திலுள்ள பெரு நகரத்திற்குப் போய்ச் சேர்ந்தான், மஜீது. அதற்குள் நான்கு மாதங்கள் கடந்து விட்டிருந்தன.

அங்கே ஒரு வேலை கிடைத்தது. சிரமமான வேலையுமல்ல. நல்ல வருமானம் கிடைக்கும். ஓய்வில்லாமல் வேலை செய்தால் மட்டும் போதும். நூற்றுக்கு நாற்பது சதவீதம் கமிஷன் கிடைக்கும். கம்பெனியின் உரிமையாளர் தந்த வாக்குறுதிதான்.

கம்பெனி சைக்கிளில் சாம்பிள்களை எடுத்துக் கொண்டு போக வேண்டும். கம்பெனி வளாகத்திற்குள்ளேயே தங்கிக்கொள்ளலாம்.

அப்படியாக மஜீது வேலை செய்யத் தொடங்கினான். ஒரு சிறு தோல் பெட்டியில் சாம்பிள்களை அடுக்கி வைத்து ஆர்டர் புத்தகத்துடன் புறப்படுவான். நகரெங்கும் சுற்றி ஆர்டர்களைப் பெற்று திருப்தியான மனதுடன் சாயுங்காலம் திரும்பி வருவான்.

இப்படியே ஒரு மாதம் சென்றது. எல்லாச் செலவும்போக வீட்டுக்கு நூறு ரூபாய் அனுப்பி வைத்தான். வாப்பாவுக்கு ஒரு வெள்ளெழுத்துக் கண்ணாடியும் சுகறாவுக்கும் மற்றுமுள்ளவர் களுக்கும் துணிமணிகளுக்கான பணமும்.

மேலும் ஒரு மாதம் சென்றது.

அடுத்த நிமிடம் என்ன நடக்கப் போகிறதென்று யாருக்கும் நிச்சயமில்லையல்லவா? விரும்பத்தகாத எதற்கும் யாரும் ஆசைப்படுவதில்லை. மஜீதும் எதையுமே எதிர்பார்க்கவில்லை. ஆனால், எதிர்பாராத ஒரு விபத்து.

அது ஒரு திங்கட்கிழமை. மஜீதுக்கு நன்றாக நினைவிருக் கிறது. மத்தியான நேரம் வழக்கம்போல் சூட்கேசை சைக்கிளின் விளக்குக் கம்பியில் தொங்கவிட்டு கடலோரப் பகுதியின் தாரிட்ட, மனித சஞ்சாரமில்லாத சாலையில் சைக்கிளில் வந்து கொண்டிருந்தான். நீண்ட சரிவுப்பாதை. வேகமாக வந்து கொண்டிருந்தான். சூட்கேஸ் அசைந்தசைந்து பிடி கழன்று விழுந்து சக்கரத்தினிடையே சிக்கிக்கொண்டது. மஜீது சைக்கிளிலிருந்து தெறித்து தூரத்திலிருந்த இரும்புக்கிராதியில் தட்டி விழுந்து, உருண்டு கீழே கிடந்த படுகுழியில் . . .

உடம்பில் ஒரு மலையே சரிந்து விழுந்ததுபோல். எதுவோ ஒடிந்து தகர்ந்தது போன்ற நினைவு. தன்னிடமிருந்து எதுவோ வெட்டியெடுக்கப்பட்டிருக்கிறது. அனைத்துமே இருளில் ஆழ்ந்துபோகின்றன . . . அனைத்தும் ஞாபகப்பரப்பின் ஆழ் குகையில் . . . சூறாவளி இரவின் மின்னல் கீற்றுப்போல் சிலநேரம் உள்ளுணர்வின் ஒளி . . . கடினமான வேதனை . . . மருத்துகளின் எரியும் நெடி . . . மற்ற நோயாளிகளின் வேதனை மிகுந்த குரல்கள் . . . வாயினூடே, தொண்டை வழியாக உயிருள்ளது போல் நீண்டு உருளையான ஏதோ ஒன்று நுழைகிறது. வயிற்றில் சூடான திரவம் நிரம்புகிறது . . . ஏதோ ஒரு ஞாபகம் . . . இப்படியான உணர்வுகளினூடே யுகங்கள் கடந்து செல்கின்றன.

என்ன நடந்தது?

ஞாபகங்கள் நெடுந்தொலைவில். எதுவுமே தெளிவுட னில்லை. புகை மூட்டம்போல். வெண்மேகம்போல். நினைவுகள் மஜீதை விட்டு அகன்றகன்று தொலைதூரத்திற்கு நகர்ந்து கொண்டிருந்தன . . . எல்லாமே மயக்கத்தின் ஆழ் குகைக்குள் சென்று கரைந்துவிடப்போகிறதா?

இல்லை . . . வாழ வேண்டும் . . . வாழ்க்கை! கடினமும் கூர்மையும் கொண்ட வேதனைதான். இருந்தாலும் வாழ

வேண்டும். மஜீது நினைவுகளைத் திரும்பப்பெறும் முயற்சியில் ஆழ்ந்தான். தன்மீது கவிந்துகொண்டிருக்கும், மயக்கத்தில் ஆழ்த்தும் வன்மலையை எல்லா சக்தியையும் ஒரு சேரத் திரட்டி புரட்டிப் போடுவதுபோல்... வலியுடன் சுய நினைவு தெளிந்துகொண்டிருந்தது.

என்ன நடந்திருக்கிறது?

அவன் நீண்ட ஒரு மூச்சுவிட்டான். மெதுவாகக் கண்களைத் திறந்தான். நீண்டு நிமிர்ந்து படுத்திருந்தான். கழுத்துவரை வெள்ளைத் துணியால் மூடப்பட்டிருந்தது. ஆஸ்பத்திரி! நினைவுகளை ஒழுங்குபடுத்தினான்.

தாங்க முடியாத, கடினமான வேதனை. இடுப்பின் வலது புறத்தில் அக்னியின் புகைச்சல்... சுள்ளென்ற வலி சிரசுவரை பரவியிருந்தது. மஜீது கையால் தடவினான். இடுப்பில் ஏராளமான துணி சுற்றிக் கட்டப்பட்டிருந்தது.

என்ன நடந்தது? மஜீது திரும்பத் தடவிப்பார்த்தான். நாடி நரம்புகளினூடே ஒரு குளிர்ச்சி பாய்ந்து சென்றது.

சூனியம்!

பதற்றத்தால் அதிகமாக வேர்த்தது. நினைவு தவறுவது போலிருந்தது. தன்னிடமிருந்து தனது காலின் ஒரு பகுதி விடுபட்டுப் போய்விட்டிருக்கிறது.

படுத்திருந்த இடத்திலிருந்தே ஆழ்குகைக்குள் தாழ்ந்து போவதுபோல். உலகமே சுழல்கிறதோ?

மஜீது திரும்பவும் ஒரு தடவை தடவிப் பார்த்தான். வெறுமை... கீழ்ப்பகுதியில் எதுவுமில்லை. தாங்கமுடியாத வேதனை. சுகறாவின் முதல் முத்தம் பெற்ற வலதுகால்.

வலதுகால் எங்கே?

கண்கள் திறந்தேதான் இருந்தன. கன்னங்களினூடே சூடான கண்ணீர். படுக்கையின் அருகில் டாக்டரும், நர்சும், கம்பெனி மேனேஜரும் வந்தார்கள்.

மஜீதின் நெற்றியில் தன் குளிர்ந்த கையைப் பதித்த கம்பெனி மேனேஜர் மெதுவாகக் குனிந்து, “மிஸ்டர் மஜீத், உண்மையாகவே நான் ரொம்ப வருத்தப்படுறேன். அமைதியா இருங்க.” என்றார்.

“சொகறா.”

“என்னெ மஜீதே?”

“நீ ஏண்டி உம்முண்டு கேக்கல்லே?”

“நான் உம்முண்டு கேட்டனே? பெறகு, ஏன் என்னெ நீ, டீன்னு சொன்னே?” மஜீது துடித்துப் போய்விட்டான்.

“சொகறா” என்றலறியபடியே மஜீது திடுக்கிட்டு விழித்தான்.

“பகல் கனவு காண்றீங்களா?” நர்ஸ் கேட்டாள்.

மஜீது சிரிப்பதற்கு முயற்சி செய்தான்.

அறுபத்து நான்கு பகல் பொழுதுகளும் அறுபத்து நான்கு இரவுகளும் கழிந்தன. தன்னைவிட உயரமான ஒரு ஊன்று கோலின் உதவியுடன் மஜீது கம்பெனி மேனேஜருடன் ஆஸ்பத்திரியின் கேட்டைத் திறந்து ஜன நெருக்கடி மிகுந்த வீதிக்கு வந்தான்.

மஜீதின் கையில் கொஞ்சம் பணத்தைக் கொடுத்துவிட்டு கம்பெனி மேனேஜர் சொன்னார்:

“இனி, நீங்க வீட்டுக்குப் போயிடுங்க. உங்களோட நிலைமை இப்படியாகிவிட்டதுக்காக நான் ரொம்ப வருத்தப்படறேன் . . .”

மஜீதுக்குக் கண்ணீர் வந்தது.

என் சகோதரிகள் திருமண வயதையும் கடந்து வீட்டிலிருக் கிறார்கள். வயதான பெற்றோர்கள். இருந்த சொத்து முழுவதும் கடனில் மூழ்கிக் கிடக்கிறது. ஆண் பிள்ளையாக நான் மட்டும் தானிருக்கிறேன். வீட்டுக் கஷ்டங்களுக்கு எந்தத் தீர்வும் கண்டு பிடிக்காமல் அங்கே போவதற்கு நான் விரும்பவில்லை. அதுவும் இந்த நிலைமையில். அங்கே போய் எதற்கு அவர்களையும் நான் வேதனைப்படுத்த வேண்டும்?

“இனி, இப்போ என்ன செய்யலாம்னு நினைக்கிறீங்க?”

“எனக்குத் தெரியல்லெ”

“என் கம்பெனியிலே உங்களுக்குத் தோதுவான வேறு எந்த வேலையுமே — உங்களுக்குக் குமாஸ்தா வேலை செய்யத் தெரியுமா?”

“தெரியாது. நான் கணக்குலே மோசம்.”

கொஞ்சம் பெரிய ஒண்ணு.

அப்படியாக மஜீது மீண்டும் தனியனானான். வருத்தப் படுவதற்கில்லை. எல்லோருமே இந்தப் பிரபஞ்சத்தில் தனியர்கள் தான். எதற்காகப் பயப்பட வேண்டும்.

மஜீது, கிடைத்த பணத்தில் முக்கால் பங்கையும் வீட்டுக்கு அனுப்பி வைத்தான். கூடவே, ஒரு கடிதமும். வலது காலை இழந்துவிட்ட விவரத்தை அதில் குறிப்பிடவில்லை. உடல்நிலை

சரியில்லாமல் படுத்திருந்தேன். மறு கடிதம் அனுப்புவதுவரை பதில் அனுப்ப வேண்டாம்.

நடந்தான்.

மஜீது மீண்டும் வேலை தேடியலைந்தான். இரு கைகளி னாலும் கம்பை ஊன்றி, ஒற்றைக் காலை வீசி, துள்ளித்துள்ளி ... நான்கு அடி வைத்ததும் நிற்பான். மீண்டும் நடப்பான். நின்று நினைத்துப் பார்ப்பான் ... மீண்டும் நடப்பான். இப்படியாக ஓரிரு மாதங்கள் சென்றன. நிரந்தரமான தாவள[1]மில்லை. போய்ச் சேருமிடத்தில் படுத்துக்கொண்டான்.

கடைசியில், நகரிலுள்ள தனவான்களைப் பார்த்து உதவி கேட்கலாமென்று முடிவு செய்தான். விசாரித்துப் பார்த்ததில் பெரிய தர்மசீலனென்று கேள்விப்பட்டவர், ஒரு கான்பகதூர். நகரின் பெரிய பெரிய கட்டடங்கள் அனைத்துமே அவருடையது தான். தங்கக் கட்டிகளெல்லாம் கிட்டங்கியில் தூசு படிந்து கிடப்பதாக மக்கள் பேசிக்கொண்டார்கள். அரசாங்கத்திலும் பெரிய செல்வாக்குள்ள மனிதர். சமீபத்தில் பல்லாயிரக்கணக்கில் பணம் செலவு செய்து கவர்னருக்கு விருந்தளித்திருக்கிறாராம். அவர் நினைத்தால் எதுவும் செய்ய முடியும்... எதுவும்!

ஆனால், வாசல் காவல்காரன் மஜீதை உள்ளே விடவில்லை. தினமும் அந்த மாளிகையின் வாசலில் வந்து நிற்பான். அப்படியே ஒரு வாரம் கடந்தது. கடைசியில் காவல்காரனுக்குப் பரிதாபம் தோன்றியது. கான்பகதூரின் சன்னிதானத்திற்குள் மஜீது அனுமதிக்கப்பட்டான். மஜீது சலாம் சொன்னான். ஒரு முஸல்மானை மற்றொரு முஸல்மான் பார்க்கும்போது அஸ்ஸலாமு அலைக்கும் என்று சொல்ல வேண்டும். மஜீது சொன்னான். ஆனால், கான் பகதூர் ஏனோ, திருப்பி சலாம் சொல்லவில்லை. அவர் அதைக் கேட்டதாகவும் கூட பாவிக்க வில்லை. கான்பகதூர், சுமார் ஐம்பது வயதான வெளுத்துத் தடித்த ஒரு மனிதர். கல் பதித்த கனத்த தங்க மோதிரங்கள் பிரகாசிக்க, தாடியை வருடிக்கொண்டே அவர் மஜீதின் சோகச் செய்திகளை உம்... கொட்டியபடியே கேட்டார்.

கடைசியில் கான்பகதூர் சொன்னார்:

“நம்முடைய சமுதாயத்தில் திருமணம் செய்து கொடுக்க வசதியில்லாத பெண்கள் ஏராளம் இருக்கிறார்கள். வயிற்றுக் கில்லாதவர்களும் நிறைய. என்னால் முடிந்ததை நான் எல்லோருக்கும் செய்துகொண்டுதானிருக்கிறேன். சொல்லுங்கள், இதற்குமேல் நான் என்ன செய்வது?”

---

1. தங்குமிடம்

மஜீது எதுவும் சொல்லவில்லை.

கான்பகதூர் சமுதாய நன்மைக்காகச் செய்த விஷயங் களைப் பட்டியலிட்டார். நான்கு பள்ளிவாசல்கள் கட்டியிருக் கிறார். மற்ற தனவந்தர்கள் ஒவ்வொரு பள்ளிவாசல்கள்தான் கட்டியிருக்கிறார்கள். போதாக் குறையாக, பாடசாலை கட்டு வதற்கான ஒரு இடத்தையும் சமுதாயத்திற்குத் தானமாகக் கொடுத்திருக்கிறார். அதில் ஒரு கட்டடம் கட்டி வாடகைக்கு விட்டிருந்தால் மாதந்தோறும் எவ்வளவு ரூபாய் வாடகையாகக் கிடைக்கும்? ஆண்டு தோறும் சமுதாயத்திற்காக எவ்வளவு பணம் அவருக்கு நஷ்டம் வருகிறது?

"இதற்கு மேல் நான் என்ன செய்ய வேண்டும். சொல்லுங்கள்?"

மஜீது எதுவுமே பேசவில்லை.

காலை இழந்துவிட்டதற்காக கான்பகதூர், மஜீதுக்கு ஆறுதல் சொன்னார்.

"விதிதான். வேறென்ன சொல்ல?"

விதியாகத்தான் இருக்கும். பொருட்படுத்துவதற்கில்லை. பொருட்படுத்தும் படியாக உலகில் என்னதான் இருக்கிறது.

மஜீது அந்த நீண்ட கம்பையும் ஊன்றிக்கொண்டு சலாம் சொல்லிவிட்டு மெதுவாக இறங்கினான். வாசல் படியைத் தாண்டும்போது கான்பகதூர் ஒரு வேலைக்காரனிடம் ஒரு ரூபாய் கொடுத்தனுப்பினார்.

"இதை எனக்குத் தந்ததாகச் சொல்லிவிட்டு நீங்களே வைத்துக்கொள்ளுங்கள்."

வேலைக்காரனிடம் சொல்லிவிட்டு மஜீது நடந்தான். சரிதானா?

மஜீது ஏன் அந்த ரூபாயை வாங்கவில்லை. அந்த கோடீஸ்வரனைத் தேடி தினந்தோறும் பல ஏழைகள் செல் கிறார்கள் என்பதையும் அவர்கள் எல்லோருக்குமே அவர் தானம் செய்கிறார் என்பதையும் மஜீது ஏற்கெனவே கேள்விப் பட்டிருக்கிறான் அல்லவா? மஜீது ஒரு கோடீஸ்வரனாக இருந்தால் என்ன செய்திருப்பான்? முதலில் வந்து கேட்கும் யாசகனுக்குத் தன் சொத்தில் பாதியைக் கொடுத்திருப்பானா? ஒரு செப்புக் காசுக்கு மேல் கொடுத்திருப்பானா? கான்பகதூர் ஒரு ரூபாய் அல்லவா கொடுத்தனுப்பினார், அதை வாங்கியிருக்க வேண்டாமா? மஜீது சிந்தித்துப் பார்த்தான். அங்கே, ஐந்து

கோடீஸ்வரர்கள்தான் இருக்கிறார்கள். இவர்களைத் தவிர மிச்சமிருக்கும் ஆறரை இலட்சம் பேர்கள் பல நிலைகளிலுள்ள பொதுஜனங்கள். எல்லோரும் வாழ்கிறார்கள். இடையிடையே மரணமடைகிறார்கள். மஜீது இழந்தது, ஒரு காலின் அரைப் பகுதி மட்டும்தான். இரண்டு கால்களையும் இழந்தவர்களும் வாழ்கிறார்கள். இரண்டு கைகளை இழந்தவர்களும் கண்களை இழந்தவர்களும் வாழ்கிறார்கள். சோகமும் மகிழ்ச்சியும் கலந்துதானிருக்கிறது. வாழக்கையில் சிறியவர்களும் பெரியவர் களும் இருக்கிறார்கள். நினைத்துப்பார்க்கும்போது சிரிப்பும் வருகிறது. அழுகையும் வருகிறது. எதையும் பொருட்படுத்தத் தேவையில்லை. மஜீது உறுதி செய்துகொண்டான். பாதுகாப்பும் நிம்மதியுமான வாழ்க்கைக்கு தொடர்ந்து முயற்சி செய்ய வேண்டும். அதுதான் கடமை.

மஜீதின் ஊன்றுகோல், நான்கு அங்குலம் தேய்ந்துபோனது. உள்ளங்கைகளில், கால் அங்குலத் தடிமனில் காய்த்தத் தழும்பு புடைத்தது. பல இடங்களிலும் வேலை தேடினான். பட்டினி கிடந்ததால் உடம்பு மிகவும் மெலிந்துபோய் விட்டது. அப்போது ஒரு மகிழ்ச்சியான விஷயம்.

மஜீதுக்கு வேலை கிடைத்தது. ஒரு ஓட்டலில். எச்சில் பாத்திரங்களை அலசுவது. அதிகாலை நான்கு மணிக்கு எழுந்து இரவு பதினொரு மணிவரை தண்ணீர்க் குழாயின் அருகிலிருக்க வேண்டும் . . . பெரிய கூடையில் கொண்டு வந்து வைக்கப்படும் எச்சில் பாத்திரங்களை ஒவ்வொன்றாக அலசியெடுத்து வேறொரு கூடையில் அடுக்கி வைக்கவேண்டும். அதை மற்றொரு ஆள் வந்து எடுத்துச் செல்வான். வேறொருவன் எச்சில் பாத்திரங் களைக் கொண்டு வருவான் . . . இதுதான் வேலை. இருந்தாலும் வயிறு நிறைய எதையாவது சாப்பிட முடிந்தது. வெயிலும் மழையும் பட வேண்டாம். அலையவும் வேண்டாம். ஒரு இடத்தில் அமர்ந்து மெதுவாக வேலை செய்தால்போதும். கிடைத்தவரைக்கும் வரம். வாழ்க்கை பெரிய அல்லல்கள் எதுவுமில்லாமல் சிறிதளவு சுகமாகக் கழிந்துகொண்டிருந்தது. மாதந்தோறும் ஒரு சிறுதொகையை வீட்டுக்கு அனுப்பவும் செய்யலாம்.

வீட்டிலிருந்து சுகறாவின் உடம்பிற்கு லேசான அசௌகரியம், என்ற விவரத்துடன் கடிதம் வந்தது. அவள் மிக மோசமாக இருக்கிறாள். லேசான இருமலும் இருக்கிறது.

“இங்கே அனைவரும் சுகம். உங்களைப் பார்க்க வேண்டும் போல் இருக்கிறது”

உங்கள் சுகறா

பன்னிரண்டு

சுகறாவைப் பார்க்க மஜீதுக்கும் ஆசைதான். தன்னைப் பார்த்தால், உம்மா, வாப்பா, சகோதரிகள், சுகறாவின் உம்மா, சகோதரிகள், ஊர்க்காரர்கள் — என்ன சொல்வார்கள்?

ஒன்றரைக் கால் மஜீது..! சுகறா அப்படிக் கூப்பிடுவாளா? ஒரு போதுமே அப்படிக் கூப்பிடமாட்டாள். மிச்சமிருக்கும் அரைக் காலின் மிச்சப் பகுதியைக் கண்ணீருடன் முத்தமிடுவாள். ஒரு காலத்தில்... நினைக்கும்போது மஜீதுக்குச் சிரிப்பு வந்தது. 'கொஞ்சம் பெரிய ஒண்ணு.'

அந்த வரலாறுகளைச் சொல்லி மஜீது பலரைச் சிரிக்க வைத்திருக்கிறான். சுகறாவும் விவாத விஷயமானாள். ஓட்டலின் மற்ற எல்லாப் பணியாளர்களுமே மஜீதின் நண்பர்கள்தான். குளித்துமுடித்து, வயிறு நிறைய சாப்பிட்ட பிறகு, இரவு படுத்திருக்கும்போது மஜீது தனது அனுபவங்களையும் வேடிக்கைகளையும் சொல்வான். அதிகமும் தமாஷாகவே இருக்கும். எல்லோரும் சிரிப்பார்கள். தினமும் படுத்திருக்கும்போது மஜீது எதையாவது பேசவேண்டும். பேசுவதற்கு எவ்வளவு விஷயங்கள் இருக்கிறன்றன. பெரும்பாலானவர்களும் சிரித்தபடியேதான் தூங்கிப்போவார்கள். எல்லோரும் தூங்கிவிட்ட பிறகு மஜீது சுகறாவிடம் பேசுவான். ஆயிரத்து ஐநூறு மைல் தூரத்திலிருக்கும் சுகறாவைப் பார்ப்பான். அவள் இருமுவது இங்கே கேட்கும். ஒவ்வொன்றாகச் சொல்லிச் சொல்லி சுகறாவை ஆறுதல் படுத்துவான்.

இரவுகளும் பகல்களும் கழிந்தன.

"சொகறா, இப்போ எப்படியிருக்கு? நெஞ்சு வேதனை விட்டுட்டுதா?" பிறகு, அலசி வைத்த பீங்கானைப் பார்ப்

பான். உள்ளங்கையிலிருந்த காய்ப்புகள் நீரில் ஊறி ஊறி உதிர்ந்து போய்விட்டன. உடலில் நல்ல பலம். எதையுமே உற்சாகத்துடன் அணுக முடிகிறது. நியாயமான உடலுழைப்பின் மூலம் கிடைப்பது – சிறு சுயமரியாதைக்கான இடமுமிருக்கிறது. வாழ்க்கையில் சில மாற்றங்கள் ஏற்படும். ரப்பரினாலோ, மரத்தினாலோ செய்யப்படும் கால்கள் கிடைக்கும். பாண்டும் ஷுவும் அணிந்தால்... ஹோட்டல் அதிபர் ஒரு முறை சொன்னார். மஜீதின் மீது அவருக்கு அனுதாபமிருந்தது. சோகமெனும் மகாசமுத்திரத்தில் ஆசுவாசத் தீவையும் கண்டு பிடிக்க முடியும். இரவு, மற்றவர்கள் தூங்கிவிட்ட பிறகு, மஜீது சுகறாவிடம் சொல்வான்.

“கண்ணுறங்கு கண்ணின்மணியே கண்ணுறங்கு” ஆனால் மஜீதின் கண்களில் தெரிவது, நட்சத்திரங்கள் நிறைந்த விசாலமான வானம்தான்.

சுகறாவை எப்போது பார்க்க முடியும்?

மஜீது அதிகாலையில் எழுந்து காலைக் கடன்களை முடித்த பிறகு சாயா குடித்துவிட்டு வேலை செய்யத் தொடங்கு வான். நகரம் ஒருபோதுமே தூங்காதுபோல. இரைச்சல்! பல லட்சக்கணக்கான ஆண் பெண்கள், வாகனங்கள் சேர்ந்து உருவாக்கும் சப்த கோலாகலங்கள். எல்லாவற்றையும் கவனித்த படியே மஜீது பாத்திரங்களை அலசி அடுக்கி வைப்பான்.

அப்படியான ஒருநாள், மற்றொரு கடிதம் வந்தது.

கையெழுத்து சுகறாவுடையதல்ல.

வேறு யாரையோ வைத்து எழுதியிருக்கிறாள், உம்மா. அதை வாசித்ததும் நகரத்தின் இரைச்சல் திடீரென்று அடங்கி விட்டதுபோல். பேரமைதி.

‘அன்புள்ள மகன் மஜீது அறிய உன் உம்மா எழுதுவது.

முந்தாநாள், நேரம் வெளுக்கும்போது நம்ம சுகறா மரித்துப் போய்விட்டாள். அவளுடைய வீட்டில், என் மடியில் தலை வைத்து. பள்ளி விளையில்[1] அவளது வாப்பாவின் கபரின்[2] பக்கத்தில்தான் அவளும் அடக்கம் செய்யப்பட்டிருக்கிறாள்.

எங்களுக்கென்றிருந்த துணையும் உதவியும் அப்படியாக இல்லாமல் போய்விட்டது. இனி, ஆண்டவன் ஒருவனைத் தவிர, நீ மட்டும்தான்.

1. பள்ளி வாசலில் சமாதி செய்யுமிடம்.

2. சமாதி

மகனே, கழிந்த 30ஆம் தேதி நம் வீடும் புரையிடமும்[1] கடன்காரர்களிடம் போய்விட்டது. உடனே இறங்கிப்போய்விட வேண்டுமென்று சொல்கிறார்கள். இந்த இரண்டு பெண் பிள்ளைகளையும் உடம்பு சரியில்லாத வாப்பாவையும் கொண்டு நான் எங்கே போவது?

மகனே, நான் தூங்கி நிறைய நாளாகிறது. உன் கூடப் பிறந்தவர்களின் வயதில் உள்ளவர்கள் எல்லாம் மூன்று நான்கு குழந்தைகள் பெற்றுவிட்டார்கள். ஏதாவது, தவறுகள் நடந்து போனால் – மகனே, இங்குள்ள முஸ்லிம்கள் கண்ணில் இரத்தமில்லாதவர்கள். நானும் வாப்பாவும் எவ்வளவோ சொல்லியும் கூட உடனே வீட்டைவிட்டு இறங்கிப்போகச் சொல்கிறார்கள்.

நம்ம ஜாதியிலுள்ள நல்லவர்களான பணக்காரர்கள் அங்கே இருக்கிறார்கள் அல்லவா? அவர்களிடம் சொன்னால் ஒரு வழிகாட்டித் தராமலிருக்கமாட்டார்கள். வெட்கப்படாமல் நீ அவர்களிடம் போய் எல்லாவற்றையும் விளக்கமாகச் சொல்ல வேண்டும்.

என் தங்க மகனே, சுகறா இருக்கும்போது எனக்கு ஒரு ஆறுதலாக இருந்தது. இங்குள்ள விஷயங்களை எல்லாம் தெரிவித்து உன்னையும் வேதனைப்படுத்த வேண்டாமென்று அவள்தான் சொன்னாள். அதனால்தான் இதுவரையிலும் கடிதம் அனுப்பவில்லை. சுகறா இரண்டுமாதமாக சுகமில்லாமல் படுக்கையில் கிடந்தாள். சிகிச்சை செய்து பார்ப்பதற்கு யாருமே இல்லை. மரிப்பதற்கு முன் உன் பெயரைச் சொல்லி, நீ வந்து விட்டாயா என்று பல தடவை கேட்டாள்.

எல்லாமே அல்லாஹுவின் நாட்டம்.

மஜீது ஸ்தம்பித்து அமர்ந்திருந்தான்.

அனைத்துமே நிசப்தமாகிவிட்டதுபோல்.

பிரபஞ்சம், சூனியம்.

இல்லை ... பிரபஞ்சத்திற்கு எதுவுமாகிவிடவில்லை. நகரம் இரைகிறது. சூரியன் பிரகாசிக்கிறது. காற்று வீசுகிறது. உள்ளுக்குள்ளிருந்து ரோமக்கால்கள் வழியாக மேலெழுந்த குளிர்ந்த ஆவியில் மஜீது நனைந்துபோயிருப்பது மட்டுமே நிகழ்ந்திருக்கிறது. எல்லாமே ஆதரவற்றுப்போய்விட்டன. வாழ்க்கை அர்த்தமிழந்து போய்விட்டதா? கருணைமயமான, பிரபஞ்சங்களை சிருஷ்டித்த இறைவா!

---

1. தோட்டம்

மஜீது மீண்டும் பாத்திரங்களை அலசி கவனமாக அடுக்கி வைக்கத் தொடங்கினான். தாயும் தந்தையும் சகோதரிகளும் எங்கே போவார்கள்? யார் உதவி செய்வார்கள்? யா... அல்லா, உன் கருணைக் கரங்கள் நீளுமா?

நினைவுகள்... சொற்கள்... செயல்கள்... முகபாவங்கள்... மரிப்பதற்கு முன் மஜீது வந்துவிட்டானா என்று பலமுறை கேட்டாள்.

நினைவுகள்.

கடைசி நினைவு:

அன்று... மஜீது விடைபெற்று இறங்கப் போகும்போது. சுகறா எதையோ சொல்லத்தொடங்கினாள். முடிப்பதற்கு முன் வண்டியின் ஹார்ன் சத்தம் பல முறை கேட்டது... உம்மா வந்தாள்... மஜீது முற்றத்தில் இறங்கினான். பூந்தோட்டத்தினூடே படி இறங்கி... ஒரு தடவை திரும்பிப் பார்த்தான்.

கீழ் வானில் தங்க நிற மேகங்கள். இளம் மஞ்சள் ஒளியில் மூழ்கிய விருட்சங்களும், வீடும், முற்றமும், பூந்தோட்டமும்.

சகோதரிகள் இருவரும் முகத்தை மட்டும் வெளியில் நீட்டியபடி வாசல் கதவின் மறைவில். வாப்பா சுவரில் சாய்ந்து வராந்தாவில். உம்மா முற்றத்தில்.

நிறைந்த விழிகளுடன் செம்பருத்தி மரத்தைப் பிடித்தபடியே பூந்தோட்டத்தில் – சுகறா.

சொல்ல வந்த விஷயம் அப்போதும் அவளுடைய மனதில் இருந்திருக்கும்.

அவள் கடைசியாகச் சொல்ல நினைத்தது எதுவாக இருக்கும்?